ஓம் ஸ்ரீ பூர்விக நாகம்மாள் போற்றி
ஓம் ஸ்ரீ ராகவேந்த்ராய நம:

# எது ஞானம்?

### அழகர்

# கிரி

கிரி டிரேடிங் ஏஜென்சி பிரைவேட் லிட்.,

Edu Jnyanam (Tamil)
ISBN : 978-89-7950-838-1
Page : 96
Copies : 1000

## எது ஞானம்?

நூலாசிரியர் : அழகர் ©
முதற்பதிப்பு : 2019

நூல் வெளியீடு :
**கிரி டிரேடிங் ஏஜென்சி பிரைவேட் லிட்.,**
எண்: 372/1, மாங்காடு பட்டூர் கூட் ரோடு,
மாங்காடு, சென்னை - 600 122,
தொலைபேசி : 044 - 66939393.

Copy Right Warning

© இந்நூலின் பதிப்புரிமை கிரி டிரேடிங் ஏஜென்சி பிரைவேட் லிமிடெட் நிறுவனத்திற்கே சொந்தமானது. தனிப்பட்ட வேறு நபரோ, அல்லது நிறுவனமோ இந்நூலை அச்சிட்டு அல்லது இணையத்தின்மூலம் வெளியிட உரிமை இல்லை. மீறினால் சட்டரீதியான நடவடிக்கை எடுக்கப்படும்.

## பெரம்பூர் குருஜி அவர்களின் வாழ்த்துரை

எது ஞானம்?

"மாதா - பிதா - குரு, தெய்வங்கள் ஆசீர்வாதம்.

யாம் பெற்ற இன்பம் பெறுக இவ்வையகம்"

இறைவன் திட்டமிட்டபடி குரு அருள் துணை கொண்டு 'எது ஞானம்' என்னும் ஆன்மிக நூலை பிரதிபலன் எதிர்பாராமல் பெருமைக்கு ஆசைப்படாமல் ஆன்மிக சேவைக்காக அர்ப்பணிப்பு உணர்வுடன் சுத்த ஆத்மா திரு.அழகர் அவர்கள், அழகிய தமிழில், எளிய நடையில் எழுதியுள்ளார்.

உலகம் காத்த உத்தமர்களாக நடமாடும் தெய்வங்களாக வாழ்ந்த மகா ஞானிகள், சித்தர்கள், ஸ்ரீகிருஷ்ணர், ஸ்ரீகாஞ்சி மாமுனிவர், ஸ்ரீஇரமணர், புத்தர், பட்டினத்தார், ஸ்ரீமஹாவீரர், ஸ்ரீபரமஹம்ஸ யோகானந்தர், ஸ்ரீபப்பா ராம்தாஸ் ஆகியோரைப் பற்றியும், அவர் வாழ்வில் நடந்த அற்புதங்களைப் பற்றியும் பயன் பெறும் வகையில் விளக்கமாக இந்த நூலில் எழுதப்பட்டுள்ளதை எண்ணி மட்டற்ற மகிழ்ச்சி கொள்கிறோம்.

ஸ்ரீகிருஷ்ண சைதன்யர் அவர்கள் 'ஞான பக்தி சேவை' செய்யும் ஒரு மனிதன், எந்த ஒரு சாதியைச் சேர்ந்தவனாக இருந்தாலும் அவன் பாதங்களை "ஆயிரம் முறை நமஸ்கரிப்பேன்" என்று கூறுகிறார்.

"எது ஞானம்" என்ற தலைப்பில் திரு.அழகர் எழுதி நூலாக வெளியிட்டு, சேவை செய்வதை பாராட்டும் வகையில், பெரம்பூர் சிவா விஷ்ணு ஆலய சேவார்த்திகள் சங்கம் சார்பில், ஒவ்வோர் ஆண்டும் திருமலைக்கு பாதயாத்திரை செல்லும் இரண்டாயிரம் பக்தர்களின் திருப்பாதங்களை நமஸ்கரித்து பிரார்த்திக்கின்றோம்.

அஞ்ஞான இருள் விலகி, மெய்ஞான ஒளி பரவிட உலகம் உய்ய வேண்டி செய்யப்படும் இந்த சேவைக்கு ஜகத் குரு ஸ்ரீஆதிசங்கரர், ஸ்ரீசிவானந்தர் ஸ்ரீசாய்பாபா, மௌனகுரு, குருஜி சுந்தர் ராம் சுவாமிகள் ஆகியோரின் ஆசி என்றும் துணை நிற்கவும் பிரார்த்திக்கின்றோம்.

குறிப்பு: -

"எது ஞானம்" நூல் பிரதியை, ஆன்மிக அன்பர்கள் தன் குடும்பத்தைச் சேர்ந்த உறவினர்கள், நண்பர்கள் ஆகியோரின் பிறந்த நாள், திருமணநாள் ஆகியவற்றுக்கு அன்பளிப்பாக கொடுத்து சேவை செய்யலாமே.

நன்றி, சுபமஸ்து.

இங்ஙனம்

இறை தொண்டில்

அடியேன் பக்தவத்சலம்

## முன்னுரை

எல்லாம் வல்ல இறைவனின் அருளால், அடியேனால் எழுதப்பட்டுள்ள "எது ஞானம்?" என்ற இந்த நூல், இதுதான் ஞானம் என்பதை சரியாக அறியாமல் வாழ்ந்துகொண்டிருக்கும் எண்ணற்ற மனிதர்களுக்கு, ஒரு புரிதலை உண்டுபண்ண உதவி செய்யும் என்பது என் நம்பிக்கை.

பகவத்கீதையில் ஞானத்தை அடைய பக்தி யோகம், காமயோகம், ஞானயோகம், ராஜயோகம் என்று பல மார்க்கங்கள் தெளிவாகக் கூறப்பட்டிருக்கிறது. "யோகம் என்பதற்கான சரியான பொருள் "இரண்டற கலப்பது" அல்லது "ஜீவன் பரமனுடன் கலப்பது" என்பதாகும்.

இறைவனுடன் இரண்டறக் கலக்கும் "முக்தி" எனும் சுதந்திர நிலையை அடைய "ஞானம்" ஒரு முக்கியமான மார்க்கமாக அல்லது ஒரு சாதனமாக உரைக்கப்பட்டிருக்கிறது.

பொதுவாகவே "ஞானம்" என்றால் "சிறந்த அறிவு" என்றுதான் சாதாரண உலக மனிதர்கள் நினைக்கிறார்கள். ஆனால், "ஆன்மிக" உலகில் "ஞானம்" என்பது நாம் கல்வி கற்பதால் அடையப்படும் அல்லது நம் நினைவுப்பகுதியில் சேகரிக்கப்படும் ஒரு அறிவுக் குவியல் மட்டும் அல்ல, அது ஓர் அனுபவ நிலை அல்லது பரிபூரண உண்மையாக ஒரு மனிதன் மாறும் இல்லை.

அதை மிகச் சரியாக புரிந்துகொண்டால் மட்டுமே, மனிதகுலம் எடுத்துவைக்கும் ஒவ்வொரு அடியும் சரியான பாதையை நோக்கி அமையும். இல்லையேல், எது சரி அல்லது தவறு என்பதை அறியாத குழப்ப நிலையில் எடுக்கும் முடிவும் சரியாக அமையாது என்பது அடியேன் அபிப்பிராயம்.

ஆன்மிகவாதிகள் அல்லது மற்ற அன்பர்கள் அனைவருக்கும் "ஞானம்" பற்றிய ஒரு தெளிவினை ஏற்படுத்த வேண்டும் என்ற நல்ல நோக்கில், இறையருளால் எனக்குள் தோன்றியவை, கற்றவை, மகான்களின் வாழ்விலிருந்தும் அவர்களின் உபதேசங்கள் மூலமாகவும் நான் அறிந்த உண்மை, கடவுளால் என் வாழ்வில் எனக்கு அனுபவ ஞானமாக கற்பிக்கப்பட்ட "சில பாடங்கள்" ஆகியவற்றை ஒன்று திரட்டி, "எது ஞானம்?" என்ற இந்த நூலை எழுதியுள்ளேன்.

இந்த நூலை அடியேன் எழுத எனக்கு சக்தியைத் தந்த என்னுடன் இருந்தே வழிநடத்தி செல்லும் என் குருநாதர்கள், ஜகத்குரு ஸ்ரீராகவேந்திரா ஸ்வாமிகள் ஜகத்குரு ஸ்ரீசந்திரசேகரேந்திர சரஸ்வதி ஸ்வாமிகள் ஆகியோரின் பாதங்களில் சரணாகதியாகி இந்த நூலை என் முதல் நல் முயற்சியை காணிக்கையாக்குகிறேன்.

பக்திமார்க்கத்தை கடைப்பிடித்து, தன்னலமற்ற பல ஆன்ம சேவைகளை செய்து எங்களுக்கு வழிகாட்டியாக திகழும் பெரம்பூர் குருஜி திரு.பக்தவச்சலம் அய்யா அவர்களின் வாழ்த்துரை கிட்டியது எனது பெரும்பாக்கியம்.

எனது முதல் முயற்சியை முன்னின்று வழிநடத்திச் சென்ற நண்பர் திரு.பட்டுக்கோட்டை பாரதி அவர்களுக்கு எனது நன்றிகள் உரித்தாகட்டும்.

இவண்,

அடியேன் அழகர்

# ஞானம் என்றால் என்ன?
# நாம ஜெபத்தின் மகிமை

**ஞா**னம் என்றால் என்ன?

ஒவ்வொரு மனிதனும் 'ஞானம்' பெறுவது சாத்தியம் என்று கூறுகின்றனரே அது எப்படி? இல்வாழ்க்கையில் உள்ள பிரச்சனைகளையும், அதனால் ஏற்படும் மன வேதனைகளையும், பொருளாதார சிக்கல்களையும் சரிசெய்வதற்கே, இந்த வாழ்க்கை முழுவதும் போராட வேண்டியிருக்கும்போது, இறை நாமத்தை ஒரு அரைமணி நேரம் ஒருமைப்பாட்டுடன் உச்சரிக்கவோ அல்லது பூஜை செய்யவோ மனம் ஈடுபடாதபோது, ஞானம் என்பது எல்லோருக்கும் சாத்தியம் என்று கூறுவது சரியா?

ஞானம் அடைந்தவர்களின் சரித்திரங்களைப் பற்றி படிக்கும்போதோ அல்லது செவி வழிக் கதையாகக் கேட்கும்போதோ, 'ஞானிகள்' இளவயது முதற்கொண்டே ஏதேனும் ஒரு வகையில் இறைவனால் ஆட்கொள்ளப்பட்டு, சர்வ ஸதா காலமும், அவர்கள் சிந்தை முழுவதும் இறைவனைப் பற்றியே இருந்துள்ளது.

ஒரு சிலரோ, குடும்பத்தையும் சம்சார

வாழ்க்கையையும் அடியோடு துறந்து, அன்ன ஆகாரமின்றி தவம் இயற்றி இறைவனை அடைந்ததாகக் கேள்விப்படுகிறோம். நாம் குறிப்பிட்ட வயதிற்கு மேல் உணவு உண்பதற்குத் தவறினால் போதும், நோய் நம்மை தாக்கிவிடுகிறது.

பிறந்தது முதல் எவ்வளவோ வசதி வாய்ப்புகளுடன் வாழ்ந்து பழகிவிட்ட நாம், அதையெல்லாம் விடுத்து சுவையான உணவை மறந்து ஒரு நாள் கூட வாழ இயலாத சூழ்நிலைதான் தற்சமயம் உள்ள நிதர்சனமான உண்மை.

மேலும் சர்க்கரை நோய், இரத்த அழுத்தம் போன்ற நோய் உள்ளவர்கள் சிறிது அயர்ந்தாலும், உயிருக்கே பெரிய ஆபத்தான சூழ்நிலை ஏற்பட்டு விடுகிறது. இதையும் தாண்டி எப்படி இந்த கலியுகத்தில் இறைவனை, அவர்தம் ஞானத்தை அடைவது?

இதைப் போன்ற பல கேள்விகள் ஒவ்வொரு மனிதருக்குள்ளும் (ஆண், பெண் பாகுபாடின்றி) எழுந்துகொண்டுதான் இருக்கின்றன. ஆனால், அதற்கான விடை அவர்களின் அறிவு அதை ஏற்று நம்பும்படியாகக் கிடைக்கவில்லை என்பது ஒரு பக்கம்.

அதே சமயத்தில், 'ஞானம்' என்றாலே எளிதில் கிடைக்கக்கூடிய விஷயம் அல்ல. வழிமுறைகள், ஆசாரங்கள், ஒழுக்கங்கள், 'யோகா' எனப்படும் பயிற்சி முறைகள் என எவ்வளவோ பின்பற்றினாலும், இந்தப் பிறவியில் கிட்டாவிடினும், ஏதேனும் ஒரு பிறவியில் நமக்கு கிட்டியே தீரும். அதுவரை தொடர்ந்து முயற்சி செய்துகொண்டே இருக்க வேண்டும் என்று காலம் காலமாகக் கூறி வருபவர் மற்றொரு பக்கம்.

முன் ஜென்மம் பற்றிய உபதேசங்களை ஒரு நம்பிக்கைக்காக எடுத்துக்கொள்ளலாமே தவிர, சராசரி மனிதருக்கு முன்ஜென்மம் பற்றி அறிய வாய்ப்பே இல்லை என்றுதான் கூறவேண்டும்.

அதேபோலத்தான் அடுத்த பிறவியும். அதுவும் இந்த பிறவியில் நாம் ஏதேனும் உணர்ச்சிவசப்பட்டு, அறிந்தோ அறியாமலோ ஏதேனும் தவறு செய்துவிட்டால் அதை நம் பாவக்கணக்கில் சேர்த்துவிடுவர். இந்தப் பிறவிக்குள் அதற்கான தண்டனையை அனுபவிக்காவிட்டால், அடுத்த பிறவியில் ஐந்தறிவு படைத்த மிருகங்களாகவோ அல்லது புல், பூண்டு, தாவரங்களாகவோ, விஷ ஜந்துக்களாகவோ பிறப்போம் எனக் கூறுகின்றனர்.

இப்படியே போனால் நாம் எப்போது நம் பாவத்துக்கு பரிகாரம் தேடி, சரிசெய்வது, இறைவனைக் காண்பது... ஞானம் பெறுவது?

குரு ஸ்ரீ இராகவேந்திரர் பாதமே சரணம்

## எது ஞானம்?

நடக்கிற காரியமா? என்று ஆரம்பத்திலே சோர்வுற்று, அதற்கான முதல் அடியை எடுத்து வைக்காமலே யோசித்துக்கொண்டிருப்பவரே 90 சதவிகிதம் பேர். மீதம் 8 சதவிகிதம் பேர் முயற்சியெடுத்தும், சரியான வழிநடத்துதல் கிட்டாமல் பாதியிலே தடம் மாறி, சாதாரண வாழ்க்கையே மேலானது என மனம் நொந்து திரும்பிவிடுகின்றனர். மீதமுள்ள 2 சதவீதம் பேரில் அநேகம்பேர் ஆன்மிகம் என்ற பெயரில் தவறான பாதையில் செல்கின்றனர்.

வெகுசிலரே தொடர்ந்து போராடி, சரியான பாதையைக் கண்டறிந்து, அதற்காக எவ்வளவோ தியாகங்கள் செய்து, இறையருளைப் பெறுகின்றனர். இறையருள் துணையோடு அவர்களுக்கு வெளிச்சம் கிட்டி, உண்மையைத் தெரிந்துகொள்கின்றனர்.

உண்மையான 'ஞானி'களாக மிகச் சில மகான்களே ஜொலிக்கிறார்கள். அதிலும் பலபேர், ஞானமடைந்த பிறகு, "தான் அடைவதற்கு ஏதுமில்லை" என்ற மனநிறைவு ஏற்பட்டுவிடுகிறது. "மாயையில் மயங்கி, பணம், புகழ், பதவி என்று சதாகாலமும் ஓடிக்கொண்டிருக்கின்ற இந்த மனித வெள்ளத்தை தடைபோட இயலாத நிலைதான் உலகில் என்றும் உள்ளது.

ஞானி, தான் அடைந்த அளவிட இயலாத ஆனந்தப் பெருவெள்ளத்தை, எல்லோரும் பருக வேண்டும் என்று ஆசைப்படினும், அதை செவிமடுக்க வெகுசிலரே, அதுவும் சில காலத்திற்கு மட்டுமே தயாராக உள்ளனர். அதனால், ஞானமடைந்தவர்கள் வெளியில் சொல்லாமலே அமைதியாக வாழ்ந்து, ஆண்டவனுடன் ஐக்கியமாகி விடுகின்றனர்.

அதன்பின் அவர்தம் உபதேசங்களைப் புத்தகமாக்கி, வியாபாரம் செய்யும் சூழ்நிலைதான் தற்சமயம் உள்ளது.

இந்தச் சூழ்நிலையில் ஒரு விஷயத்தை அல்லது ஒரு இலக்குதனை அடைய விரும்புவதற்கு முன்னதாகவோ அல்லது அடைய வேண்டும் என்று நினைத்தாலோ, அதுபற்றிய தெளிவு அல்லது உண்மை தெரிந்திருக்க வேண்டும் என்பது இன்றியமையாத ஒன்று.

சாதாரணமாகவே, 'ஞானம்' என்ற தமிழ்ச் சொல்லுக்கு, 'அறிவு' என்றுதான் பொருள்.

கல்வி ஞானம், கேள்வி ஞானம், அநுபவ ஞானம் என்று மனிதர்கள் பெற்றிருக்கும் 'ஞானம்' என்பதும் ஒரு அறிவுதான் என்றால் ஞானிகள் அடைந்த ஞானத்திற்கும், சராசரி மனிதர்கள்

பெற்றிருக்கும் அறிவுக்கும் என்ன வித்தியாசம்?

கடந்தகாலத்தில் நடந்துமுடிந்தசம்பவங்கள்,இனி நடக்கப்போகும் சம்பவங்கள் அல்லது எங்கேயோ நடந்துகொண்டிருக்கும் சம்பவங்கள் ஆகியவற்றை ஒருசிலர் தெள்ளத் தெளிவாகக் கூறுவதைக் கேள்விப்பட்டிருக்கிறோம். படித்திருக்கிறோம்.

ஏன், ஒரு சிலர் நேரிலேயே பார்த்ததும் உண்டு. அதுதான் ஞானிகள் பெற்ற விசேஷ ஞானமா? என்று கேட்டால், அதற்கு என் பதில் 'இல்லை' என்பதேயாகும்.

அதை 'திரிகால ஞானம்' என்று அழைப்பார்கள். அதை, ஒரு விசேஷ சக்தி மற்றும் விசேஷ அறிவு என்றும் கூறலாம். ஆங்கிலத்தில் அதை ESP எனப்படும் EXTRA SENSORY PERCEPTION என்று அழைப்பார்கள்.

அதை அடைவதற்கு ஞானிகளாக இருக்க வேண்டியதில்லை. அருள்வாக்கு கூறும் ஒரு சிலருக்கு அந்த விசேஷ அறிவு ஒரு சக்தியாகக் கிட்டிவிடுகிறது.. வெளிநாடுகளில் இந்த அறிவைப் பெறுவதற்கு விசேஷ பயிற்சி உண்டு. அதில் நிபுணத்துவம் பெற்றவர்கள் நிறைய பேர் உள்ளனர். இன்னும் ஆழமாகப் பார்த்தால், அமெரிக்க நாட்டின் உளவு நிறுவனமான CIA முதலானவைகள்கூட, இந்த ESP அறிவு பெற்ற நிபுணர்களை வைத்து, குற்றவாளிகள் மறைந்துள்ள இடங்கள் போன்றவற்றை துப்பறிந்து கண்டறிவதாக அது சம்பந்தப்பட்ட ஒரு நிபுணர் பேச அடியேன் கேட்டுள்ளேன்.

ஒரு சில ஆன்ம சாதகர்கள், பிரம்மச்சர்யம், ஜெபம், தியானம் ஆகியவை உரிய முறையில் செய்துகொண்டிருக்கும்போதே இந்த சக்தி கிட்டிவிடுவதும் உண்டு. நிறைய பேர் அதில் திருப்தி அடைந்து, தொடர்ந்து முன்னேறி, தன் 'ஞானம்' என்ற இலக்கினை அடையாமலே விட்டுவிடுகின்றனர். ஞானத்தைப் பற்றி நாம் தெளிவாகத் தெரிந்துகொள்ளும் முன் 'முக்காலமும் உணர்ந்தவர்' என்றழைக்கப்படும் திரிகால ஞானிகள் பற்றியும், அவர் தம் வாழ்வில் நடந்த சில சம்பவங்கள் பற்றியும் விரிவாக எழுத வேண்டும் என்பது என் எண்ணம். அந்த சம்பவங்கள், இந்தப் புத்தகத்தைப் படிப்போர்க்கு மேலும் சுவாரஸ்யமான தகவல்களைக் கொண்டுசேர்க்கும் என்ற வகையில் எழுதுகிறேன்.

யுகம் கடந்து, சுமார் 5000 ஆண்டுகளுக்கு முன்னதாக உலகில் வாழ்ந்த அவதார புருஷர் ஸ்ரீகிருஷ்ணரின் வாழ்வில் நடந்ததாகவும்,

நாம் எல்லோரும் அறியாத ஒரு விஷயத்தையும் இப்போது பார்க்கலாம்.

அரசவையில், பணயப் பொருளாக பாஞ்சாலியை வைத்து சூதாட்டத்தில் தர்மன் தோற்றுப்போனதும், துரியோதனனின் ஆணையின் பேரில் துச்சாதனன் பாஞ்சாலியை துகிலுரித்ததும், உடனே 'கிருஷ்ணா' என்று தன் இரு கைகளையும் உயரத் தூக்கி, கிருஷ்ணனைச் சரணாகதி என்று பாஞ்சாலி அழைத்ததும், 'கிருஷ்ணர் தோன்றி உதவினார்' என்பது அனைவரும் அறிந்த ஒன்று.

5000 ஆண்டுகள் கழிந்த நிலையில், ஸ்ரீகிருஷ்ணரை 'ஒரு ஞானி' என்று நாம் அழைத்தால், அவரை சாதாரணமாக அழைப்பதாக ஆகிவிடும். ஏனெனில், இன்று உலகெங்கும் அதீதமாக பரவிவிட்ட ஸ்ரீகிருஷ்ண பக்தி, அவரை 'கடவுள்' என்றே அடையாளம் காட்டுகிறது. இன்னும் ஒரு படிமேலே போய், 'இஸ்கான்' என்று அழைக்கப்படும் அகில உலக கிருஷ்ண பக்தி கழகத்தின் கொள்கைப்படி, 'ஸ்ரீகிருஷ்ணரே உலகின், இந்தப் பிரபஞ்சத்தின் முழுமுதற் கடவுள்' ஆவார்.

நாம சங்கீர்த்தனம் மூலம் மாறாத பக்தி மற்றும் பரிபூரண சரணாகதி அடைந்தால் அவரை நேரில் தரிசிக்கலாம். அவருடனே கலந்து ஐக்கியமாகிவிடலாம் எனப் பல வழிமுறைகளை முன்வைத்து, எண்ணற்ற கோயில்கள் அமைத்து 'வழிபடும் தெய்வம்' ஆகிவிட்ட ஒரு ஞானி. பிரபஞ்சம் முழுவதும் நிறைந்துள்ள ஸ்ரீகிருஷ்ண பகவானுக்கு, எங்கேயோ தொலைவில் இருந்து 'பாஞ்சாலி' அழைத்த குரல் கேட்காதா என்ன? அதில் என்ன பெரிய அதிசயம்!

என்று நம்மிடம் திருப்பிக் கேட்கும் அளவிற்கு யுகம் கடந்தும், கிருஷ்ணரின் ஞானத்தை விடவும், ஸ்ரீகிருஷ்ணரே பிரபலமாகியுள்ளார். எனவே, திரிகால ஞானம் என்பது ஸ்ரீகிருஷ்ணரைப் பொறுத்தமட்டில் பெரிய விஷயமில்லை. ஆனால், அதன் பின்னணியில் எப்பேர்பட்ட உண்மை, நம் வாழ்விற்கான படிப்பினை மறைந்துள்ளது என்பதை நான் சமீபத்தில் கேட்ட ஒரு பாகவத உபன்யாசத்தின் மூலம் அறிய முடிந்தது.

பஞ்சபாண்டவர்கள் திரௌபதியை மணந்தபின், சந்தோஷமாக, தன் தாய் குந்திதேவியுடன் அரண்மனையில் வாழ்ந்த காலம் அது.

ஸ்ரீகிருஷ்ணர், பஞ்ச பாண்டவர்களின் மைத்துனர் என்கிற

முறையில், அவர்களைக் காண விருந்தினராக அரண்மனைக்கு வந்து, தங்கியிருந்த சமயம். திரௌபதி தன் மரியாதைக்குரிய உறவினர் என்கிற முறையிலும், உலகறிந்த மகா ஞானி என்கிற வகையிலும், ஸ்ரீகிருஷ்ணருக்கு செய்த உபசரிப்பு, அலாதி அன்பு மற்றும் பாசம் கலந்த பக்தி கண்டு மெய் மறந்து போன பகவான், திரௌபதியிடம் மனமகிழ்ந்து ஒன்று சொன்னார்.

"உனது அலாதி அன்பினால், உபசரிப்பினால் என்னை திகைக்க வைத்ததுமில்லாமல், பதிலுக்கு ஏதாவது செய்தே தீரவேண்டும் என்ற நிலைக்கு என்னை ஆளாக்கிவிட்டாய். எனவே, உனக்கு என்ன வேண்டுமோ அதைக் கேள், தருகிறேன்" என்றார்.

ஆனால் திரௌபதியோ, எதையும் கேட்க மறுத்துவிட்டார். அதனால் ஸ்ரீகிருஷ்ணரே, "உன் ஆபத்து காலத்தில் எனை அழைத்தால், உலகின் எந்த மூலையில் நான் இருந்தாலும் நீ இருக்கும் இடம் வந்து உனைக் காப்பேன்" என்று வரம் தந்தார்.

"ஆபத்து காலத்தில், அறிவு மயங்கி, உணர்வு மேலோங்கி, என்ன செய்வதென்றே தெரியாத நிலைக்கு நாம் தள்ளப்பட்டுவிடுவோம்."

அது மனித மனதின் இயற்கை. அப்படியிருக்கும்போது, ஆபத்தான காலத்தில் கிருஷ்ணரை அழைக்க வேண்டும் என்ற ஞாபகம் வராது போனால் என்ன செய்வது என்று யோசித்த திரௌபதி, ஒரு உபாயம் மேற்கொண்டார்.

அன்றுமுதல், தான் உடுத்துகின்ற புடவையின் முந்தானையில், கிருஷ்ணரின் ஞாபகம் வரவேண்டும் என்று நினைத்துக்கொண்டே ஒரு முடிச்சுப் போட்டுக்கொள்வார். பல காலம் தினமும் தான் புடவை உடுத்தும்போதும், கிருஷ்ணனை நினைத்து ஒரு முடிச்சு போடுவதே ஒரு வழக்கமாகி இருந்தது.

அதுபோலவே, தர்மன் துரியோதனன் அரசவையில், திரௌபதியை ஈட்டுப் பொருளாக வைத்து சூதாடித் தோற்றதும், வேறோர் இடத்தில் இருந்த திரௌபதியை மானபங்கம் செய்யவேண்டி துச்சாதனன் சபைக்கு இழுத்து வந்தான். அப்பொழுதெல்லாம் ஸ்ரீகிருஷ்ணர் ஞாபகம் பாஞ்சாலிக்கு வரவில்லை.

சபையோர் நடுவில் துரியோதனன், "திரௌபதியைத் துகிலுரித்து மானபங்கம் செய்," என்று கூறியபோதும் பகவானின் ஞாபகம் வரவில்லை.

பதிலாக, தன் மானம் பறிபோகப் போகிறதே என்கிற வேதனையில்

**எது ஞானம்?**

பதறினாள், கதறினாள். கௌரவர்களைப் பார்த்து சபித்தாள், பாண்டவர்கள் வெட்கித் தலைகுனியும்படி சத்தமிட்டாள். சபையில் கூடியிருந்த பெரியோர்களிடம், "இது நியாயமா? இதை "ஏன்" என்று கேட்க யாரும் இல்லையா?" என்று நியாயம் கேட்டாளே தவிர, ஸ்ரீகிருஷ்ணரை அழைக்க வேண்டும் என்று தோன்றவில்லை. என்ன கூக்குரலிட்டாலும், உதவ ஆளில்லை என்று ஆகிவிட்டது. துச்சாதனன் பாஞ்சாலியின் துகிலை உருவுவதற்காக முந்தானையைப் பிடிக்க முயன்றான். அந்த வேளையில், முந்தானையைத் தன் மார்பிலிருந்து கீழே விழாத வண்ணம் அதைப் பற்றும்போது, அவள் போட்ட அந்த 'முந்தானை முடிச்சு' ஸ்ரீகிருஷ்ணரை ஞாபகத்திற்குக் கொண்டு வந்தது. உடனே இரு கைகளையும் மேலே தூக்கி, அபயம் 'கிருஷ்ணா' என்றழைத்தாள் என்பதே இந்தக் காட்சியில் மறைந்துள்ள ஓர் உண்மை.

இத்தோடு இந்த நிகழ்வு முடிந்து விடவில்லை. இந்த நிகழ்வின் தொடர்ச்சியாக, மேலும் ஒரு முக்கியமான நிகழ்வினை அதில் மறைந்துள்ள உண்மையைக் கூறுகிறேன்.

பகவான் ஸ்ரீகிருஷ்ணர் மகாபாரதப் போர் முடிந்து, பலகாலம் ஆட்சிசெய்தார். துவாரகையை மிகச் சிறப்பாக ஆண்டபின் காந்தாரியின் சாபத்தின் காரணமாக, நாட்டு மக்கள் அனைவரும் கலந்துகொண்ட ஒரு விருந்தின்போது, துவாரகா சாம்ராஜ்ஜியத்தைச் சேர்ந்த மக்கள், மது அருந்திவிட்டு, போதையில் ஒருவரை ஒருவர் தாக்கிக்கொண்டு மாண்டு போயினர். உலகத்தையே காப்பாற்றிய ஸ்ரீகிருஷ்ணரால், தன் சொந்த மக்களையே காப்பாற்ற இயலாது போனது.

தன் இறுதிக்காலம் நெருங்கிட்டதை உணர்ந்த பகவான் ஒரு மரத்தின் அடியில் தன் கால்களை நீட்டி படுத்துக்கொண்டிருந்தபோது ஒரு வேடன் எய்த அம்பு அவரது இடது பாத கட்டை விரலில் பாய்ந்து உயிரைப் பறித்தது. கர்மவினை என்பது மனிதருக்கு மட்டுமல்ல, ஞானிகளுக்கும் பொருந்தும் என்பதே இந்த நிகழ்வு.

ஸ்ரீகிருஷ்ண பகவான், உடம்பை விடுத்து காரண உலகம் செல்வதற்கு முன்னதாக, ஒரு முனிவர் அவரைப் பார்த்து, "என்ன கிருஷ்ணா, நீ வந்த வேலை பூரணமாக நிறைவேறிவிட்டது என்ற மனநிறைவோடு இருக்கிறாயா?" என வினவினார்.

அதற்கு ஸ்ரீகிருஷ்ணபகவான், "இல்லை. என் மனத்திலும் நீங்காத ஒரு குறை உள்ளது" என்றார்.

வியந்துபோன முனிவர், ''என்ன அந்தக் குறை?'' சற்று விளக்கமாக கூறுமாறு பகவானை வேண்டினார். அதற்கு பகவான், ''நான் என் சகோதரி திரௌபதியிடம் ''ஆபத்துக் காலத்தில் என்னை அழைத்தால் எங்கிருந்தாலும் உன்னை காப்பாற்ற வருவேன்' என வாக்குறுதியளித்தேன். ஆனால் அவள், துரியோதனன் அரசவையில், தன் மானம் காக்க வருமாறு என்னை அழைத்தபோது, நான் உடனே செல்ல இயலவில்லை.

அந்த வேளையில், அரண்மனையில் நான் உணவருந்திக்கொண்டு இருந்தேன். உணவருந்தும் வேளையில் பாதியில் விட்டுச் செல்லக்கூடாது என என் மனைவி தடுத்துவிட்டாள். அவளிடம், விவரத்தை எடுத்துக்கூறி நான் செல்வதற்குள், அரசவையில் பாஞ்சாலியின் மானம் காப்பாற்றப்பட்டு விட்டது. நான் கொடுத்த வாக்குறுதியை நிறைவேற்ற இயலவில்லையே என்பதுதான் எனது தீராத மனக்குறை'' என்றார்.

முனிவர் மேலும் வியப்புற்று ''அதெப்படி கண்ணா, நீதானே துகிலுரியும்போது, 'அட்சய அட்சய' என்று கூறி, மேலும் மேலும் ஆடைதனைப் பெருகுமாறு செய்து, துச்சாதனன் இழுக்க இழுக்க, அவன் மயக்கமுற்று விழும்வரை புடவையும் வந்துகொண்டே இருந்தது என்பதுதானே அவையோர் கண்முன்னே நடந்த நிகழ்ச்சி. அதுதானே வரலாறு. நீ என்னவென்றால், அரசவைக்குச் செல்லவே இல்லை என்கிறாயே, எப்படி சாத்தியம்? என்று கேட்டார்.

அதற்கு பகவான், ''திரௌபதி, தன் மானம் பறிபோகிறதே என்ற பதற்றத்தில், தன் இரு கைகளையும் உயர்த்தி சரணாகதி செய்து, ''கிருஷ்ணா, கிருஷ்ணா'' என்று என் நாமம்தனை தொடர்ந்து அழைத்ததன் மகிமையானது, எங்கும் நிறைந்த, எல்லாம் வல்ல அந்த இறைசக்தியே என் உருவத்தில் சென்று பாஞ்சாலியைக் காப்பாற்றியுள்ளது. அது எனக்கு மட்டுமே தெரிந்த உண்மை'' என்றாராம்.

மேற்சொன்ன மகாபாரத நிகழ்ச்சிகளின் மூலம், மூன்று முக்கியமான படிப்பினை நமக்கு சொல்லப்பட்டுள்ளது.

1. ஆபத்து காலத்தில், உணர்வு மேலோங்கிய நிலையில், ஆண்டவனை நினைத்து சரணாகதி ஆகிவிட்டால், அவன் நம்மை காப்பாற்றுவான்.

2.கர்மவினை என்பது மகாஞானிகளைக்கூட விட்டுவைப்பதில்லை. நாம் செய்த பாவத்தின் பலனை நாமே அனுபவித்துதான்

### எது ஞானம்?

தீரவேண்டும். எனவே ஒரு செயல் செய்யும்போது, அதனால் நமக்கு எவ்வளவு பெரிய லாபம் கிட்டினாலும், பிறரை, அவர்தம் வாழ்வுதனை பாதிக்கக்கூடியதாக இருந்தால், அந்தச் செயலைச் செய்து பாவத்தை சேர்த்துக்கொள்ளக் கூடாது.

3. நாம ஜெபத்தின் மகிமை :

கடவுளை விடவும், அவர்தம் நாமாவானது மிகவும் சக்தி வாய்ந்தது. உரிய வேளையில் நமக்கு உதவ இயலாதபடி, நம் கர்மவினையானது கடவுளையே தடுத்து நிறுத்தினாலும், அவர் தம் நாமாவின் சக்தியும், அவரை ஜெபிப்பதன் பலனாகக் கிட்டிய புண்ணியமும் நம்மை காப்பாற்றியே தீரும்.

### புத்தர் வாழ்வில் நடந்த நிகழ்வு : -

'சித்தார்த்தர்' என்று இளவயதில் அழைக்கப்பட்ட மகாஞானி, 'கௌதம புத்தர்!' சுமார் 3000 ஆண்டுகளுக்கு முன்னதாக வாழ்ந்த மகான் என்பது அனைவரும் அறிந்ததே. இந்தியா மட்டுமல்ல. உலக ஞானிகள் பலரின் உபதேசங்களிலும் புத்தரின் பெயர் இடம் பெற்றிருப்பது ஆச்சர்யம்.

அந்தக் காலகட்டத்தில் கடவுளின் பெயரால் பல காட்டுமிராண்டித்தனங்கள் அரங்கேறிக்கொண்டிருந்தன. விக்ரஹ ஆராதனை என்ற பெயரில் மிருகங்களைப் பலியிடுவது, நரபலி கொடுப்பது ஆகியவை நடந்தேறிய காலம் அது. மந்திரவாதிகள் தம்மை குருமார்கள் எனவும், தாமே கடவுளின் நேரடித் தூதர்கள் என்றும் கூறிக்கொண்டு மக்களைப் பயமுறுத்தி, ஏமாற்றி, தனக்கு அடிமைகளாக உபயோகப்படுத்திக்கொண்டிருந்த காலம்.

பல போராட்டங்கள், தொடர் முயற்சி, தவம் ஆகியவற்றிற்குப் பிறகு, சித்தார்த்தர் உண்மைதனை தன்னுள் உணர்ந்தார். ஞானம் அடைந்தார். அதன்பின்னர் 'புத்தியுடையவர்' என்பதைக் குறிக்கும் வகையில், 'புத்தர்' என்று அழைக்கப்பட்டார்.

ஞானக் கொழுந்தாக சுடர்விட்டு 'புத்தர்' பிரகாசித்த காலம் அது. கடவுளின் பெயரால் நடந்த கொடூரத்தைக் கண்டு, அவர் செய்த உண்மையான உபதேசமானது, அந்நாளில் மக்களை வெகுவாகக் கவர்ந்திழுத்தது. அவர் செல்லும் இடமெல்லாம், மக்கள் கூட்டம் கூட்டமாய்த் திரண்டு, அவரின் உபதேசத்தைக் கேட்டனர்.

அதில் பலர் துறவு மேற்கொண்டு, அவருக்கு சீடர்களாய் அவர் பின்னே அணிவகுத்துச் சென்றனர்.

அதனால் ஆத்திரமுற்ற மதவாதிகள் என்ற போர்வையில் அட்டூழியம் செய்த மகாபாவிகள், புத்தரை ஒரு நாத்திகவாதி என்றே பறைசாட்டினர்.

பலநூறு ஆண்டுகளாக இதுதான் கடவுள், இந்தப் பூசாரிகள்தான் கடவுளின் தூதுவர்கள் என்ற நம்பிக்கையில் ஊறிப்போன மக்களை அதிலிருந்து வெளிக்கொணர, புத்தபிரான் "கடவுள் என்கிற கொள்கையும், அவர் பெயரால் நடக்கும் விக்ரஹ ஆராதனையும் மூடத்தனமானது" என எதிர்த்து, வெளிப்படையாகவே உபதேசம் செய்தார்.

"உலகில் உயிரோடு உள்ளபோதே நிம்மதியாக, சந்தோஷமாக, ஆரோக்கியமாக வாழும் கலைதனை மக்களுக்கு உபதேசித்தார்."

"ஆசைதான் துன்பத்திற்குக் காரணம். பிறப்பு, இறப்பு, மூப்பு, பிணி, தவிர்க்க இயலாத ஒன்று" என்று தன் உபதேசங்களை முன்வைத்த புத்தர், சொர்க்கம், நரகம் என்ற கொள்கைதனை ஒரு கட்டுக்கதை என்றே கூறினார்.

ஆயினும் அவர் 'மறுபிறவி' என்கிற கொள்கையை மட்டும் ஆணித்தரமாக நம்பினார். "மனிதர் இறந்த பின்பு மீண்டும் பிறந்து வருவார்கள் என்பது உண்மையே" என்று பறைசாற்றினார்.

அவரும் முக்காலம் உணர்ந்த திரிகால ஞானியாகவே வாழ்ந்தார் என்பதே சரிதம். அவர், தனது முந்தைய நூறு பிறவிகள் வரை, தன் ஞானதிருஷ்டியால் அறிந்துவைத்திருந்தார் என்று வரலாற்று நூல்களில் அறிய முடிகிறது.

அதை எடுத்துக்காட்டும் வகையில் ஒரு சம்பவம், அவர் வாழ்நாளில் நடந்ததைப் பார்ப்போம்.

அவர் உபதேசம் செய்துகொண்டு ஓரிடத்திலேயே தங்கிவிடாமல், சில காலம் மட்டும் ஒரு பொதுவான இடத்தில் தன் சீடர்களுடன் வாசம் செய்வார். அவ்வாறு இருக்கும்போது ஒரு சமயம் அவரிடம் விநோதமான வழக்கு ஒன்று வந்தது. அவர் உபதேசத்தின் மீதும் அவரின் மீதும் மிகுந்த பற்றும், நம்பிக்கையும் கொண்ட ஒரு வணிகர் குடும்பத்தில் ஏற்பட்ட பிரச்னை அது. என்னவென்றால், ஒரு பிச்சைக்கார சிறுவன், எங்கிருந்தோ அந்த ஊருக்கு பிச்சையெடுக்க வந்தவன், வணிகரின் வீட்டிற்குள் சென்று, தானே அந்த வணிகரின் தந்தையென்றும், மறுபிறவி எடுத்து தன் மக்களையும் குடும்பத்தாரையும் காண வந்துள்ளதாகவும் கூறியுள்ளான்.

அவனுடைய அழுக்கான தோற்றத்தைக் கண்டு கோபமடைந்த வணிகரோ, அந்தச் சிறுவனை வீட்டை விட்டு துரத்தியுள்ளார். ஆனால், அந்தச் சிறுவனோ நகர மறுத்ததுமில்லாமல், தான் கூறியது முற்றிலும் உண்மை என்று அடமாக நின்றுள்ளான்.

அதனை அறிந்த ஊர் மக்கள் அனைவரும் ஒன்றுகூடி, அவனைத் திட்டியும், அமைதியாக அறிவுரை கூறியும் பார்த்தனர் ஆனால் அவன் அந்த இடத்தைவிட்டு நகர மறுக்கிறான்.

இந்த நிகழ்வைத் தொடர்ந்து கூறுமுன், வணிகரின் தந்தையைப் பற்றிய ஒரு சிறிய விளக்கத்தை இங்கு சொல்லியாக வேண்டும்.

அந்த இறந்துபோன மனிதர், உயிரோடு வாழ்ந்த காலத்தில் அடாவடியாக, மக்களிடம் வட்டிப்பணத்தை வாங்கி பெரும் சொத்து சேர்த்தவர். மகா கஞ்சன். யாருக்கும் தானமோ தர்மமோ செய்யாமல், தன் எதிர்காலத்திற்கும், அடுத்த தலைமுறைக்கும் வேண்டிய சொத்துகளைச் சேர்த்துக்கொண்டே இருந்தவர். திடீரென்று ஒருநாள், அவர் மூப்படைவதற்கு முன்பே, நோயினால் மரணமடைந்தார். அது நடந்து பலகாலம் கழிந்த பின்னர், அவருடைய மகன் அந்தப் பொறுப்பினை ஏற்று, வணிகம் நடத்தி, நியாயமாக வாழ்ந்துவருகிறார். இதுதான் நடந்த சம்பவம்.

அதன் தொடர்ச்சியாகவே, அந்தப் பிச்சைக்கார சிறுவன், தன்னை அந்த வணிகரின் தந்தை எனவும், தானே மறுபிறவி எடுத்து வந்திருப்பதாகவும் கூறிக்கொண்டு வந்துள்ளான்.

மக்கள் ஒன்றும் செய்ய இயலாது, அந்தச் சிறுவனையும், வணிகரையும் புத்தரிடம் அழைத்துக்கொண்டுபோய் உண்மையை உரைக்கும்படி கேட்டனர்.

அவர், தம் ஞானதிருஷ்டியால் நடந்ததை அறிந்தார். அந்தச் சிறுவன் கூறுவது உண்மையென மக்களிடம் தெரிவித்தார். ஆனாலும், மக்கள் அதை முழுமனதோடு நம்ப மறுத்தனர். பின் புத்தபிரான் வணிகரை அழைத்து, "அந்தச் சிறுவனை உன் வீட்டுக்கு அழைத்துக்கொண்டு போ. அவனிடம், உன் தந்தை பூர்வஜென்மத்தில் சம்பாதித்த செல்வங்களைப் பல இடங்களில் மறைத்து வைத்துள்ளார். அந்த ரகசியத்தை அவனிடம் தனியாக அழைத்துச் சென்று கேள். அப்போது நீயே எல்லா உண்மையையும் தெரிந்துகொள்வாய்," என்றார்.

அந்த வணிகரும் அவ்வாறே செய்தார். ஆச்சர்யம் என்னவென்றால், புத்தபிரான் கூறியவாறே நடந்தது. அந்தச்

சிறுவன் அனைத்து ரகசியங்களையும் தன் மகன் என்றே நினைத்து வணிகரிடம் கூறினான். தோண்டிப் பார்த்தால் வைரம், வைடூரியம் என கணக்கிலடங்கா செல்வங்கள் இருந்ததைக் கண்டு வணிகரும் அவன் குடும்பத்தாரும் வியந்து போயினர். அந்தச் சிறுவனே தன் தந்தையின் மறுபிறவி என நம்பினர்' என்பதே வரலாறு.

மேற்சொன்ன நிகழ்விலிருந்து, புத்தபிரான் அந்தச் சிறுவனின் பூர்வஜென்மத்தையும், பூர்வ ஜென்மத்தில் அவன் செய்த செயலையும், அறிந்த ரகசியத்தையும், தான் இருந்த இடத்தில் இருந்தே அறியும் சக்தி படைத்தவராக இருந்தார் என அறியலாம்.

**மகாவீரர் வாழ்வில் நடந்த நிகழ்வு : -**

மகாவீரரும் புத்தரைப் போலவே மகாஞானியாக இருந்தாலும், அவருடைய நம்பிக்கைகள் சற்று வேறுபட்டவை.

அடியேன் அறிந்தவரை, மறுபிறவி என்கிற தத்துவத்தை மகாவீரர் நம்பவில்லை என்றே கூறலாம். இருப்பினும் அவர் அனைத்தும் அறிந்த மகா வல்லமைபெற்றவர் என்றும், 'முக்காலமும் உணர்ந்தவர்' என்றும் கூறப்படுகிறது.

இவருடைய வரலாற்றில், போன ஜென்மம், மறு ஜென்மம் என்று இல்லை. ஆனாலும் கடந்த காலம், நிகழ்காலம், எதிர்காலம் என்ற முக்காலத்தையும் ஒரு மனிதர் அல்லது எந்த உயிராக இருப்பினும், கடந்துதான் ஆகவேண்டும். அப்படியொரு முக்காலத்தையும் மிகத் துல்லியமாகக் கூறக்கூடிய ஞானியாக மகாவீரர் இருந்தார் என்பதற்கு உதாரணமாக உண்மையில் நடந்த நிகழ்வினைக் காணலாம்.

''மகாவீரர் எங்கு சென்றாலும், தன் ஆத்மார்த்தமான சீடர்களுடன் செல்வதே வழக்கம். மகாவீரரும் ஒரு இடத்திலும் தங்காமல் தொடர்ந்து பயணம் செய்து, பிச்சை கிடைக்கும் இடத்தில் அதை ஏற்று உண்டு, வாழ்பவர்கள்.

அவரது சீடர்களில் ஒருவர், அவருடனே வாழ்ந்து அவருடனே செல்பவர் என்றாலும், அந்தச் சீடருக்கு அவர்மீதும், அவர் கொண்டுள்ள அபாரத் திறமைகள் மற்றும் சக்திகள் மீதும் சிறிதும் நம்பிக்கை இல்லாதவர். உடன் இருந்தே கொல்லும் விஷம் போன்றவர் என்றே கூறலாம். மகாஞானியான மகாவீரர் அறியாதது ஒன்றும் இல்லை. தன் சீடரைப் பற்றி நன்றாகத் தெரிந்தும், அவரை ஒன்றும் கூறாமல் தன்னுடனே வைத்திருந்தார்.

### எது ஞானம்?

தீமை என்று ஒன்று இருந்தால்தானே நன்மைக்கு மரியாதை. உஷ்ணம் என்று ஒன்று இருப்பதாலேயே, வெயில் காலத்தில் குளிர்ச்சியான இளநீருக்கும், நிழலுக்கும் மரியாதை. அதனாலோ என்னவோ, எல்லாம் வல்ல பிரபஞ்ச சக்தியானது மகாவீரர் தம் பெருமை உலகம் அறிய வேண்டும் என்பதற்காகவே, அப்படியொரு சீடரை ஞானியோடு சேர்த்திருந்தது. பொதுவாகவே, ஞானிகள் தாம் எவ்வித சக்தி பெற்றிருந்தாலும் உண்மையைத் தரிசித்திருந்தாலும், தேவையென்று ஒன்று வராமல், அதை உலகிற்குச் சொல்லவும் மாட்டார்கள். வெளிப்படுத்தவும் மாட்டார்கள். அதனால், இறைவன் அவர்கள் மகிமையை உலகம் உணர்ந்து உய்ய வேண்டும் என்ற நோக்கில் பல செயல்களை, ஒரு விளையாட்டாகவே நடத்திக் காண்பிக்கிறான். அப்படியொரு நிகழ்வுதான் இதுவும்.

ஒருநாள், மகாவீரர் தன் சீடர்களுடன் ஓரிடத்திலிருந்து புறப்பட்டு மற்றோர் இடத்திற்கு செடி கொடிகள் நிறைந்த காட்டுப் பகுதியில் நடந்து செல்கிறார். அப்போது, அங்கு நன்கு செழித்து வளர்ந்திருந்த பசுமையான ஒரு செடியைக் கண்டவுடன், அந்த சந்தேக குணம் படைத்த சீடர், தன் குருவை பரிசோதித்து, அவர் கொண்டுள்ளதாக கூறப்படும் அபாரத் திறமைகளைப் பொய்யென்று நிரூபிக்க வேண்டும் என்று முடிவெடுத்தார்.

உடனே மகாவீரரை வழிமறித்து, தனக்கு ஒரு சந்தேகம் இருப்பதாகவும், அதை இங்கே, இந்த இடத்திலேயே தீர்த்து வைக்குமாறும் குருவை வேண்டினான். அனைத்தும் அறிந்த மகாவீரர் சரியென்று சம்மதித்தார்.

அங்கிருந்த ஒரு பசுமையான செடியைக் காண்பித்து, "குருவே, நீங்கள் முக்காலமும் உணர்ந்தவர் ஆயிற்றே. இந்தச் செடியானது எவ்வளவு காலம் உயிர் வாழும்?" என்று கேட்டான்.

மகாவீரர், "இந்தச் செடி இன்னும் நீண்ட நாட்கள் உயிரோடு, பசுமையாக இருக்கும்" என்றார்.

தீய எண்ணம் கொண்ட சீடனோ, உடனே மகாவீரரின் கண்முன்னே, அந்த செடியைப் பிடுங்கி, வெளியே வீசினான். தான் வெற்றி பெற்றுவிட்டோம் என்ற ஆணவத்தில், குருவிடம் அதற்கு விளக்கம் கேட்டான்.

"நீண்ட நாள் உயிரோடு வாழும் என்று கூறிய அந்தத் தாவரமானது, இப்பொழுது உயிர் இழந்துவிட்டது. நீங்கள் கூறியது உண்மையில்லை என்றும், உங்கள் வசம் உள்ள சக்தியானது

எதிர்காலத்தைக் கணிக்கும் வல்லமையற்றது என்றும் நிரூபணம் ஆகிவிட்டது. இப்பொழுது நீங்கள் என்ன கூறுகிறீர்கள்?" என்று கிண்டலாகக் கேட்டான்.

ஞானவாயிலைக் கடந்துவிட்ட மகா ஞானிகள், சாதாரண மனிதருக்கு உள்ள கோபம், பயம், காமம், பொறாமை ஆகிய தீய குணங்களை அடியோடு மாய்ந்துபோகும்படி செய்தவர்கள்.

எந்தவொரு கோபமான சூழ்நிலையிலும் தன்னிலை மாறாத நிதானத்தைக் கொண்டு விளங்கும் சாந்த சொரூபம் உடையவர்கள்.

மனச் சமநிலையே யோகத்தின் அடிப்படைத் தேவை. எண்ணற்ற யோகிகள் இவ்வுலகில் இருப்பினும், ஒரு சிலர் மட்டுமே ஞானவாயிலைக் கடந்து, 'ஞானம்' எனப்படும் அரிய இடத்தை அடைகின்றனர்.

அப்பேற்பட்ட ஞானத்தை அடைந்த மகாவீரர் சிறிதும் கலக்கமில்லாமல், "நான் கூறியது ஒருபோதும் மாறாது. நீ பிடுங்கியெறிந்த செடி சாகவில்லை. நீண்ட நாள் பசுமையோடு வாழும்" என்று ஆணித்தரமாகக் கூறிவிட்டு நகர்ந்துவிட்டார்.

அந்தச் சீடருக்கு கோபம் ஒருபக்கம். இருப்பினும் தன் குருவை தான் பழிவாங்கிவிட்டதாக உள்ளுக்குள் ஆனந்தமடைந்து, அவர் பின்னே அவனும் சென்றான்.

சற்றுத் தொலைவில் உள்ள ஒரு கிராமத்திற்குச் சென்று சேர்ந்த சிறிது நேரத்தில், நல்ல மழை பொழிய ஆரம்பித்தது. அவர்களால், அந்த ஊரை விட்டு மழையின் காரணமாக திரும்பி வர இயலவில்லை. நல்ல வெள்ளம் வேறு! அங்கேயே சில தினங்கள் தங்கிவிட்டு, மழை வெள்ளம் வடிந்து சரியான பிறகு, மீண்டும் வந்த வழியே திரும்பினர்.

அப்போது, அந்தச் சீடனுக்கு, செடியைத் தான் பிடுங்கி எறிந்த இடத்தை நெருங்கும்போது ஒரே ஆர்வம். பிடுங்கி எறியப்பட்ட செடி, இந்த மழை வெள்ளத்தில் இருந்த இடம் தெரியாமல் போயிருக்கும். "தன் குரு கூறியது உண்மையில்லை" என்பதை அனைவரும் தெரிந்துகொள்ளும் நேரம் நெருங்கிவிட்டது என்று ஆவலோடு இருந்தான். ஆனால் நடந்ததே வேறு. அவனுக்கும் மற்ற அனைவருக்கும் அங்கு ஓர் ஆச்சர்யம் காத்திருந்தது.

"பிடுங்கி எறியப்பட்ட செடியானது, மழைநீரால் தள்ளிக்கொண்டு வரப்பட்டு, அது இருந்த இடத்திலேயே நிலத்தினுள் பதிந்து, செழுமையாக, பசுமையுடன் வளர்ந்து நின்றிருந்தது."

அனைவரும் வாயடைத்து திகைத்து நின்றனர். ஆனால் மகாவீரரோ, சிறிதும் சலனமில்லாமல் அதை ஒரு விஷயமாக எடுத்துக்கொள்ளாமல், நடந்துகொண்டே இருந்தார். அந்த கெட்ட எண்ணம் கொண்ட சீடனோ, மனம் நொந்து ஒன்றும் பேச இயலாது பின் தொடர்ந்தான். மகான்களின் வாழ்க்கையில் நடக்கும் ஒவ்வொரு சம்பவமும் உலகத்திற்கே ஒரு பாடமாக, காலம் கடந்தும் வாழ்ந்துகொண்டே இருக்கும் என்பதற்கு மேலே கூறிய நிகழ்வு ஒரு உதாரணம்.

## பரமஹம்ஸ யோகானந்தர்

"மகா அவதார் பாபாஜி" என்று அனைவராலும் அழைக்கப்படும் மகா யோகி, சித்தர், ஏறக்குறைய 2000 ஆண்டுகளாக உயிரும் உடலுமாய் வாழ்ந்துகொண்டிருக்கும் பிரபஞ்சத்தின் அம்சமான, 'பாபாஜி' அவர்களின் சீடர் பரம்பரையைச் சேர்ந்தவர்தான் பரமஹம்ஸ யோகானந்தர்.

பாபாஜியின் அருளாலும் ஆணையின் பேரிலும், "கிரியா யோகம்" என்னும் யோகக் கலையையும், இந்து மதத்தின் ஏனைய சிறப்புகளையும் மேலைநாடுகளில், முக்கியமாக அமெரிக்காவில் பரப்பியவர் பரமஹம்ஸர். அவர், 'யோகக் கலையின் கிறிஸ்து' என்று ஆங்கிலேயர் மற்றும் அமெரிக்கர்களால் அழைக்கப்பட்டவர்.

பாபாஜியின் நேரடி சீடர், லாஹிரி மஹாசயர் என்பவர். வட இந்தியாவில் காசியில் வாழ்ந்து, பாபாஜியால் பயிற்றுவிக்கப்பட்ட கிரியா யோகக் கலையை இல்லற வாழ்க்கையில் ஈடுபட்டுக் கொண்டே, அமைதியான முறையில் உலகுக்குத் தந்தவர்.

அவருடைய சீடர்களில் ஸ்ரீயுக்தேஸ்வர் கிரி மற்றும் பரமஹம்ஸரின் தந்தையும் ஒருவர்.

மேற்கு வங்காளம், கல்கத்தாவில் பெரும் செல்வம் படைத்த குடும்பத்தில் பிறந்த பரமஹம்ஸரின் தந்தை அரசாங்க உத்தியோகத்தில் உயர் பதவி வகித்தவர். ஞானி யுக்தேஸ்வர் கிரியின் நண்பரும்கூட.

யுக்தேஸ்வர் கிரி அவர்கள் கிரியா யோகி மட்டும் அல்லர். எண்ணற்ற சக்திகள் படைத்தவர். இல்லற வாழ்க்கை வாழ்ந்து, பின் தன் கடமைகள் தீர்ந்தபின், துறவியானவர். அவரின் நேரடி சீடரே பரமஹம்ஸர்.

பரமஹம்ஸர் இளவயது முதலே, ஆன்மத் தேடலில் அலாதி பிரியம் கொண்டவர். தன்னுடைய படிப்பைவிட, ஆன்மிகத்தில்

அழகர்

ஸ்ரீ பரமஹம்ஸ யோகானந்தர்

#### எது ஞானம்?

அதிக ஆர்வம் காட்டியவர். அவரின் ஆழ்ந்த தேடலின் காரணமாக இறையருளால் அவருக்கு கிடைத்த ஒப்பற்ற குரு, யுக்தேஸ்வர் கிரி அவர்கள்.

அவர், தன் சீடனுக்கு பல வகையிலும் யோகக் கலையையும், ஞானம் பெறும் வழிமுறைகளையும் கற்பித்தார். இருப்பினும், பரமஹம்ஸரின் தடுக்க முடியாத வெள்ளமெனப் பொங்கி வந்த, ஆன்ம ஆர்வத்தை தடைபோட்டு, அவரைப் பொறுமையோடு பயிற்சிசெய்ய எடுத்துக்கூறியும், பரமஹம்ஸர் கேட்பதாக இல்லை.

இமயமலை செல்ல வேண்டும், அங்கேயே தங்கி தவம் இயற்ற வேண்டும் என்றெல்லாம் ஆசை கொண்டிருந்தார்.

"இமயமலையிலே பிறந்து வாழ்ந்துகொண்டிருக்கும் எண்ணற்ற மலை ஜாதி மக்கள் எவரும், இமயமலையில் வாழும் காரணத்தினாலேயே ஞானம் அடைந்துவிடவில்லை. எனவே, 'ஞானம்' என்பது நாம் வாழும் இடத்தைப் பொறுத்ததோ, தவம் செய்யும் தனிமையைப் பொறுத்ததோ இல்லை. அது நம்முடைய ஆர்வம் மற்றும் முயற்சி, எல்லாம் வல்ல இறைசக்தியின் திருவருள் மட்டுமே காரணம்" என்று எடுத்துக் கூறினார்.

மேலும் சில விசேஷ உண்மைதனை தெரிந்துகொள்ள, ஸ்ரீயுக்தேஸ்வர் தன் நண்பர் ஒருவரை சற்றுத் தொலைவில் உள்ள ஊரில் நேரில் சந்திக்கும்படி, பரமஹம்ஸரிடம் கூறினார்.

பரமஹம்ஸர் சிறிதும் தயக்கமில்லாமல், உடனே கால்நடையாகவே பயணப்பட்டார். அவர் காணச் செல்லும் அந்த நபர், ஒரு மகாயோகி. மலைக் குகைதனில் தனிமையில், 45 ஆண்டுகள் சிரசாஸனம் செய்து இறையருள் பெறவேண்டித் தவம் இயற்றியவர். அப்பேர்பட்ட மகாதபஸ்விதனைக் காணவே பரமஹம்ஸர் செல்கிறார்.

செல்லும் வழியில் ஒரு பிரசித்திபெற்ற சிவன் ஆலயம் தென்படுகிறது. அந்த ஆலயத்தினுள், பெருந்திரளாக பக்திப் பரவசத்துடன், மக்கள் இறைவனைத் தரிசிக்க செல்வதைப் பார்த்தார். அதை கண்ணுற்றவுடன், பரமஹம்ஸருக்கும் ஆலயத்தின் உள்ளே செல்ல வேண்டும் என்று தோன்றியது. உள்ளே கூட்டத்தினருடன் கலந்து, அவரும் சென்றார். அதன்பின் என்ன நடந்தது என்று கூறும் முன், பக்திக்கும் ஞானத்திற்கும் இடையே, காலம் காலமாக இருந்துவரும் சர்ச்சைதனை எடுத்துக் கூறினால்தான், உங்களுக்கு பரமஹம்ஸரின் செய்கைக்கான காரணம் புரியும்.

# பக்தி மற்றும் ஞானம்

**எ**ங்கும் நிறைந்த ஏகாந்த மூர்த்தியான இறைவனை வழிபடும் முறைதனை இரண்டு பிரிவுகளாகப் பிரித்துவிடலாம்.

ஒன்று உருவ வழிபாடு, மற்றொன்று அருவ வழிபாடு.

பிரபஞ்சம் என்பது எண்ணற்ற நட்சத்திரக் குடும்பங்களையும் கோள்களையும் உள்ளடக்கிய, எல்லையே காண இயலாத, ஒரு ஏகாந்த வெளி. அதில், சூரியக் குடும்பம் என்பது மிகமிகச் சிறிய ஒன்று. அதில் சுற்றிவரும் கோள்களில் ஒன்றான பூமியில் 70% நீர், 30% மட்டுமே நிலப்பரப்பு. அதிலும், முழுவதுமாக மனித நடமாட்டம் கிடையாது. ஆள் அரவமே இல்லாத காடுகள், நதிகள், பாலைவனங்கள் என்பது போக, மனித உயிர்கள் வசிக்கும் பகுதியைக் கணக்கிட்டால், பூமிப் பந்தின் மிகச் சிறிய பகுதியே மனிதனின் ஆளுகைக்கு உட்பட்டது. அதிலும், கடவுளை நம்புவோர் ஒருபுறமும் கடவுளை நம்பாதோர் ஒரு புறமும் பிரிந்தே கிடக்கின்றனர்.

உலகில் உள்ள மொத்த மக்கள் தொகை 600 கோடியைத் தாண்டும் என்றே தோராயமாக

## எது ஞானம்?

மதிப்பிட்டால், அதில் உள்ளதை உள்ளபடியே உண்மையை அறிந்துகொண்டு, கடவுளை சரியாகப் புரிந்துகொண்டு வழிபடுபவர்கள் என்று எடுத்துக்கொண்டால், உலக மக்கள் தொகையில் சிறு பகுதியினரே ஆவர். அந்த சிறு பகுதியினருக்கு மட்டும் கடவுள் என்கிற மகாசக்தி சொந்தமில்லை. இன்னும் கணக்கிலடங்கா எண்ணற்ற ஜீவராசிகள் வாழும் உலகமின்றி, எந்த உயிரினங்களும் இல்லையென்று நாம் அனுமானித்து நம்பிக்கொண்டிருக்கும் வேற்று கிரகங்கள் முழுவதையும் தனது சக்தியினால் கட்டுக்குள் வைத்து இயக்கிக் கொண்டிருப்பவன் இறைவன். அவனை எப்படி அறிவது?

கற்பனைத்திறன் மற்றும் அதீத அறிவுபடைத்தமனிதர்களுக்குக்கூட பிரபஞ்ச சக்தியை அறிவது என்பது சாதாரண விஷயமல்ல.

அப்பேர்பட்ட ஒரு சக்தியைப் படிக்காத ஒரு பாமரனுக்கு கொண்டுபோய் சேர்ப்பது அல்லது விளக்குவது நடக்கிற விஷயமா?

அதற்காக உருவானதுதான் உருவ வழிபாடு. கற்பனைக்கு எட்டாத, நம் மூளையின் சிந்தனை சக்திக்குள் அடங்காத, அந்த மகா சக்தியை, ஒரு உருவமாகச் செய்து, தன் அறிவு எல்லைக்குள் ஆண்டவனை அல்லது பிரபஞ்ச சக்தியைக் கொணர்ந்து கொடுத்ததே, நமது முன்னோர்களின் அபாரத் திறமை.

நாம் வாழும் வாழ்க்கை, நமது உயிர், அதைத் தாங்கும் உடம்பு, குடும்பம், தொழில், உணவு, வசதி மற்றும் அனைத்து ஏற்பாடுகளையும் நாம் செய்துகொள்வதாக பலர் நினைத்தாலும், உண்மையில் நமக்குள் அறிவாய் நின்று அனைத்தையும் செய்பவன் அந்த இறைவன்தானே. எல்லையில்லாத அந்த இறைவன், நம் உடம்பெனும் எல்லைக்குள் அகப்பட்டு, நமக்காக சர்வசதா காலமும் இயங்கிக் கொண்டிருக்கிறான்.

அவருக்கு நன்றி சொல்ல, பட்ட கடனை திரும்பச் செலுத்த அரசனாகட்டும் அல்லது ஒன்றுமே இல்லாத ஆண்டியாகட்டும், அனைவருக்கும் பொதுவான ஓர் இடம்தான் ஆலயம்.

அந்த ஆலயத்தில், இறைவனை உருவ வடிவில் கொண்டுவந்து, கர்ப்பகிரஹத்தில் நிறுத்தி, வழிபாடு முறையை ஒரு ஆகம விதிகளாக வகுத்துக்கொடுத்தது வேதங்கள் செய்த பெரும்பணி.

மனிதன் வாழ்வதற்குப் பொருள் மட்டும் போதாது. அவன் கலாசாரத்துடன், பிறருக்கு தீங்கு செய்யாமல் வாழ வேண்டுமானால் ஒழுக்கம் அவசியம்.

ஒழுக்கத்தை ஒரு மனிதனுக்கு நேரடியாக, கல்வியறிவு இல்லாமல் சொல்லித்தர இயலாது. அதற்கான இடம்தான் குருகுலம். குரு குலத்தில் கல்வியையும் ஒழுக்கத்தையும் கற்று, அதை நடைமுறைக்குக் கொண்டுவரும் முதல் இடமே ஆலயம் எனலாம்.

ஏனெனில், தெய்வ பயமே ஒழுக்கத்தின் அடிப்படை, அறிவின் ஆரம்பம்.

அவ்வாறாகத் தொடங்கிய ஆலய வழிபாடு, சிறிது சிறிதாக வளர்ச்சியுற்று, மன்னர்கள் தன் வெற்றியைப் பறைசாற்றவேண்டியும், தன் பெயர் தனக்குப் பிறகு நிலைத்து வாழவேண்டியும், பெரும்பரப்பளவில், வானளாவிய கோபுரங்கள் நிறுவப்பட்டன. பல பிரகாரங்களுடன் கோயில்கள் நிறுவப்பட்டு, மந்திர கோஷங்களுடன் அபிஷேகம் ஆராதனை, குடமுழுக்கு என்று பெருகத் தொடங்கியது.

புத்தர் வாழ்ந்த காலத்திற்குப் பின் தோன்றியவரே ஆதிசங்கரர். அந்த ஈஸ்வரனின் மறு அவதாரமாகவே கருதப்பட்ட அம்மகான் அன்றைய ஆன்மிக உலகின் ஜோதியென ஜொலித்த ஒரு தெய்வச்சுடர்.

அவர் காலத்தில் அவர் இந்தியா முழுவதும் பயணம் செய்து, இந்து மதத்தில், புதிய மாற்றத்தை ஒரு புரட்சியாகவே புகுத்தி தூக்கி நிறுத்திய அவதார புருஷர்.

"ஷண்மத ஸ்தாபனாச்சார்யார்" என்று அழைக்கப்பட்ட ஆதிசங்கரர், பிரிந்துகிடந்த இந்துமத வழிபாட்டு முறைகளை ஒன்றுபடுத்தி, ஆறு விதமான வழிபாட்டு முறைகளாக்கி உலகுக்குக் கொடுத்தருளினார். அவை யாதெனில்

1. சிவ வழிபாடு (சைவம்)

2. விஷ்ணு வழிபாடு (வைணவம்)

3. சக்தி வழிபாடு (சாக்தம்)

4. முருக வழிபாடு (கௌமாரம்)

5. கணபதி வழிபாடு (காணபத்யம்)

6. சூரிய வழிபாடு (சௌரம்)

என ஆறு மதங்களாக ஸ்தாபனம் செய்தவர். இந்து மதத்தையே புதுப்பித்து, மீண்டும் ஸ்தாபித்த மகா சக்தி வாய்ந்தவர்.

ஆனால், அதே வேளையில்,

'தியானம், ஞானம்' முதலான உன்னதமான வழிமுறைகளிலும் மிக

தேர்ச்சி பெற்றவராகவே ஆதிசங்கரர் இருந்தார். எனவே, மக்களுக்கு பக்தியுடன் சேர்த்து ஞானமார்க்கத்தையும் உபதேசித்தார். அவ்வாறு தழைத்தோங்கியதே 'ஞான வழிபாடு'.

'பக்தி வழிபாடு' மற்றும் 'ஞானவழிபாடு' யுகங்கள் கடந்து, ஸ்ரீராமர் மற்றும் ஸ்ரீகிருஷ்ணர் வாழ்ந்த யுகங்களில் இருந்து, தொடர்ந்து வந்தாலும், அதை மீண்டும் புதுப்பித்துக் கொடுத்தவர் என்ற பெருமை ஆதிசங்கரரையே சாரும்.

**ஞானவான்களின் பார்வையில் உருவ வழிபாடு:**

எவ்வளவோ பெரிய மகான்களும் சித்தர்களும் அவதார புருஷர்களும், ஞானியர்களும் தோன்றிய மதம் இந்து மதம் எனினும், அது ஏதேனும் ஒரு வகையில், நம்பிக்கை அடிப்படையில் அல்லது வழிபாட்டின் அடிப்படையில் பிளவுபட்டுதான் இருந்தது.

அந்தப் பிரிவினைக்கு முக்கியக் காரணமாக லிங்க வழிபாடு அல்லது அருவ வழிபாடு எனப்படும் சைவமும், விஷ்ணு வழிபாடு அல்லது உருவ வழிபாடு எனப்படும் வைணவமும் பெரிய பங்கு வகித்தன. இதனால், நாடுகளுக்கு இடையில் போர்களும், பகையும்கூட ஏற்பட்டது.

மன்னர் எந்த தெய்வத்தை வழிபாடு செய்தாரோ, அதே தெய்வத்தை மக்களும் வழிபாடு செய்ய வேண்டும் என்று சட்டம் இயற்றி, அதை மீறி செல்பவரோ அல்லது பிரசாரம் செய்பவரோ தண்டிக்கவும் பட்டனர்.

அந்த வகையில், ஆதிசேஷனின் மறுஅவதாரம் என வைணவப் பெருமக்களால் ஆராதிக்கப்பட்டுவரும் கலியுகத்தின் கருணை வாய்ந்த குரு ஸ்ரீராமானுஜர் அவர்களும் பாதிக்கப்பட்டவர் என்பதையும், அவர் சுமார் ஆயிரம் ஆண்டுகளுக்கு முன்பு வாழ்ந்தவர் என்பதையும் இந்து மதத்தினர் அறிவர்.

அப்பொழுது ஆரம்பித்த சைவமா அல்லது வைணவமா என்பது சிறுகச் சிறுக மாறி, முஸ்லிம் மன்னர்களின் படையெடுப்புக்குப் பின் ஒன்றிணைந்து, பின்பு அதுவே 'பக்தியா'அல்லது 'ஞானமா' என்ற வகையில் பிரச்சனை உருவெடுத்தது.

ஞானியரின் பார்வையில் கடவுள் வழிபாடு எவ்வாறு தோன்றியது என்பதையும் பார்க்கலாம்.

ஆதி காலத்தில் வாழ்ந்த மனிதன், நெருப்பினைக் கண்டறிவதற்கு முன்பு, இரவு நேரத்தின் இருளில் மிகவும் பயந்தே வாழ்ந்தான்.

குகைகளிலும், காடுகளிலும் வாழ்ந்த ஆதி மனிதன், இரவு நேரங்களில் மிருகங்களாலும் மற்ற விஷத்தன்மையுள்ள பிராணிகளாலும் தாக்கப்படும்போது, செய்வதறியாது திகைத்தான். சூரியன் உதயமானதும் அந்தப் பயம் போய், வெளிச்சத்தைப் பாதுகாப்பாக உணர்ந்தான். பின் சில காலத்தில், தனக்கு வெளிச்சத்தைக் கொடுத்து, தன்னைப் பாதுகாக்கும் 'சூரியன்' தான் தன் கடவுள், 'ரட்சகன்' என்று நம்பினான். சூரியனை வழிபடத் தொடங்கினான்.

காலப்போக்கில் கற்களை உராய்ந்து நெருப்பு பற்ற வைக்கும் கலைதனைக் கற்றவன், அதன் மூலம் சமைக்கவும், விளக்கேற்றி வெளிச்சத்தைக்கொண்டு வரவும் கற்றுக்கொண்டான். இரவு நேரத்தில் தற்போது இருள் பயம் போய் விளக்கு வெளிச்சம் வந்த பின்பும் அவனுக்கு விலங்குகளாலும் மற்ற பல நோய்களாலும், இயற்கையின் சீற்றத்தாலும் வரும் பிரச்சனைகளை எதிர்கொள்ள இயலாமல் தவித்தான்.

தன்னைக் காத்துக் கொள்ள, தனக்கு மிஞ்சிய ஒரு சக்தியால்தான் முடியும் என்று நம்பினான். அவர்களில் வீரமும், உடல்பலமும் வாய்ந்த, தன்னைப் பாதுகாக்கும் மனிதனை தன் காவலன் என்றும், அறிவுக் கூர்மையாக வழிநடத்தும் மனிதனைத் தன் குருவாகவும் ஏற்றுக்கொண்டான்.

தனக்கு வெளிச்சத்தைத் தரும் சூரியனையும் விளக்கையும் வழிபட்டவன், தான் நம்பும், தன் காவலனாக வாழ்ந்த மனிதனை அரசன் என்று வணங்கத் தொடங்கியதும் அல்லாமல், அவன் போலவே ஒரு உருவத்தைப் படைத்து, சிலையாக வடித்து, கடவுளாகக் கருதி வழிபடத் தொடங்கினான்.

அதன்பின் உருவ வழிபாடு எப்படி வளர்ந்தது என்று நாம் ஏற்கெனவே பார்த்தோம்.

"தன்னைக் காப்பாற்றவேண்டி, தானே படைத்த ஒரு உருவச்சிலையை, கடவுள் என்று நம்பி வணங்கத் தொடங்கியவன் மனிதன்.

சில காலத்திற்குப் பின், அவன் வைத்த நம்பிக்கையின் காரணமாக, அதிலே ஊறிப்போய், அவன் படைத்த அந்தக் கடவுள் எனும் உருவச்சிலைக்கு அவனே அடிமையாகிவிட்டான்" என்பதே ஞானியர் வாதம்.

எனவே, ஞானியர் உலகம் உருவ வழிபாட்டை பெரும்பாலும் தவிர்த்தே வந்தது. எல்லாம் வல்ல இறைவன் எனும் பிரபஞ்ச

### எது ஞானம்?

சக்தியை ஓர் உருவச் சிலையில் கொண்டு வர இயலும் என்று நினைப்பது அறிவுடைமை ஆகாது. அவன் நமக்குள் அறிவாகவும் உயிராகவும் ஆத்மனாகவும் உறைந்து உள்ளான். அவனே 'சிவன்' என்றனர்.

இதுவே ஞானியர் பார்வையில் உருவ வழிபாடு. இப்போது மீண்டும் பரமஹம்ஸர் சிவாலயத்திற்குள் கூட்டத்தினருடன் கலந்து சென்றதிலிருந்து ஆரம்பிக்கலாம்.

"அவ்வாறு சிவாலயத்தின் உள்ளே சென்ற பரமஹம்ஸர், உள்ளே இருந்த லிங்க வடிவினைக் கண்டவுடன் அதை வழிபட அவருக்கு மனம் இடங்கொடுக்கவில்லை. ஞானியரின் உபதேசங்களைக் கற்று அவர்தம் சகவாசத்தில் வாழ்ந்துவந்த பரமஹம்ஸருக்கு, சாதாரண மனிதர்கள் செய்யும் வழிபாட்டு முறை சிறிதும் ஏற்புடையதாக இல்லை. எனவே அந்த லிங்கமூர்த்தியை சிவாலயத்தில் வீற்றிருந்த 'சிவ பெருமான்' என்கிற பிரபஞ்ச சக்தியை கையெடுத்துக் கூப்பி வணங்கவோ, மனதளவில் பிரார்த்தனை செய்து வழிபடவோ இல்லை.

வெறுமனே, வெளிநாட்டினர் ஆலயத்திற்குள் பிரவேசித்தால் எப்படி சிற்பக்கலைகளையும், கோபுரங்களையும், ஒரு கலாரசனையுடன் பார்த்து புகைப்படம் எடுத்துவிட்டு, எந்தவொரு பக்தியோ வழிபாடோ இல்லாமல் செல்வார்களோ, அப்படியே ஒரு பார்வையாளராக மட்டுமே ஆலயத்தைச் சுற்றி வந்து வெளியேறினார். தான் இறைவனை பக்தி செய்யத் தவறியதை சிறிதும் உணரவும் இல்லை. அதுவிஷயமாக, அவருக்கு வருத்தமும் இல்லை.

அவர் நோக்கமெல்லாம், புதிய யோகியைத் தரிசித்து, ஞானம் பெற ஏதேனும் கற்றுக்கொள்ள வேண்டும் என்பதிலேயே இருந்தது. ஆலயத்தை விட்டு வெளியேறியவர், நல்ல வெயிலில் நடந்தே வழிகேட்டுக் கொண்டே, அவர் செல்ல வேண்டிய ஊர் நோக்கி நடந்தார். ஓர் இடத்தில் சாலை இரண்டாகப் பிரிந்துசென்றது. எந்த வழி சென்றால் தான் செல்ல வேண்டிய ஊருக்குச் செல்ல இயலும் என்று புரியாமல் நின்றிருந்தார்.

அந்த வேளையில், அந்த வழியாக வந்த மனிதரிடம், தான் தேடி வந்த யோகி பற்றியும் அவர் வாழும் ஊருக்குச் செல்லவேண்டிய வழிபற்றியும் கேட்டார். அந்த வழிப்போக்கரும், ஒரு வழியைக் காண்பித்து, அந்த வழியில் சென்றால் சில மைல் தொலைவில் ஊர்

வந்துவிடும் என்றார். பரமஹம்ஸரும் ஆர்வம் மேலோங்கியவராக, வேகமாக நடைபோட்டார். சில மணி நேர பயணத்திற்குப் பிறகு அந்த ஊரை அடைந்தார்.

அங்குள்ள மனிதர்களிடம், தான் தேடிவந்த யோகி பற்றி விபரம் கூறி, எங்கிருக்கிறார் எனத் தேடினார். விவரம் அறிந்த ஒருவர், பரமஹம்ஸர் தவறான பாதையில் திசை திருப்பப்பட்டு அந்த ஊருக்குச் சென்றதாகவும், அவர் தேடி வந்த யோகி அந்த ஊரைச் சேர்ந்தவர் அல்ல என்ற உண்மையையும் கூறினார்.

பரமஹம்ஸருக்கு நல்ல பசி வேறு, உச்சி வெயிலில் தலை சுற்றியது. அதனால் வேதனை அடைந்த பரமஹம்ஸர், வேகாத வெயிலில் திரும்பவும் வந்த வழியிலே பயணப்பட்டு அந்த இரு வழிப்பாதையும் சந்திக்கும் இடத்தை மீண்டும் அடைந்தார். மிகவும் களைப்புடன், சரியான வழியை தேர்ந்தெடுத்து, சோர்வுடன் நடக்கத் தொடங்கினார். சிறிது நேரத்தில் அவர் எதிரே ஒரு மனிதர் வந்தார்.

அவரிடம் பரமஹம்ஸர், தான் தேடிவந்த யோகியின் விவரம் கூறலாம் என்று நினைத்து அந்த மனிதரைப் பார்த்தார். பதிலுக்கு அந்த மனிதரோ, பரமஹம்ஸரைப் பார்த்து, "என்ன தம்பி, இடம் தெரியாமல் தவறான பாதையில் சென்றுவிட்டாயா?" என்று கேட்டார்.

அதைக் கேட்டவுடன் பரமஹம்ஸருக்கு வியப்புத் தாளவில்லை. தன்னைப் பற்றி எப்படி அவருக்குத் தெரியும் என்று அவரிடம் கேட்பதற்கு முன்னதாகவே, நீ தேடிவந்த அந்த மனிதர் நான்தான்" என்று அந்த யோகி கூறினார். பரமஹம்ஸருக்கு சந்தோஷம் தாளவில்லை. அவரால் பதில் எதுவும் பேச முடியாத ஆனந்தத்தில் நின்றிருந்தார். யோகி மேலும் பேச்சைத் தொடர்ந்தார்.

"தம்பி, நீ சிவாலயத்திற்குள் சென்று, உன் அஞ்ஞானத்தின் காரணமாக, அந்த லிங்கமூர்த்தியில் "இறைவன் உறைந்துள்ளான் என்ற உண்மையை" உன் அறிவு ஏற்கவில்லை. அதனால் அவரை வழிபடவும் உனக்குத் தோன்றவில்லை. அந்த இறைவனையே உன் அகங்காரத்தால் உதாசீனப்படுத்திவிட்டாய். எங்கெங்கும் பிரபஞ்சம் முழுவதும் நீக்கமற நிறைந்திருக்கும் அந்த இறைசக்தி, அந்த ஆலயத்தினுள் இல்லையா? ஏன் அந்த லிங்கமூர்த்தியும் ஒரு இறைவனே என்கிற சாதாரண மனிதருக்குத் தெரிந்ததுகூட உனக்குப் புரியவில்லை?

எது ஞானம்?

காஞ்சி மகா பெரியவா ஸ்ரீ சந்திரசேகரேந்திர சரஸ்வதி பாதுகா சரணம்

உன் அறியாமையினால் நீ பெரிய தவறு இழைத்துவிட்டாய். அதற்குத் தண்டனையாகவே, இந்த வேகாத வெயிலில், உண்மையைத் தேடி வந்தவனாக நீ இருப்பினும் உன் அறியாமைதனை உணர்த்தவேண்டியே, எல்லாம் வல்ல இறைசக்தியால் நீ வழிமாற்றி அனுப்பப்பட்டுள்ளாய். இப்போது, அதற்கான கஷ்டத்தை அனுபவித்த பின்பு, என் முன்பு வந்துள்ளாய்” என்று பரமஹம்ஸர் வாய்திறந்து எதுவும் பேசுவதற்கு முன்பே எல்லாம் அறிந்த ஞானியானவர் கூறினார்.

தான் என்ன கூறுவதென்றே தெரியாமல் பரமஹம்ஸர் நின்றுவிட்டார். பின் தெளிவு பெற்றவராய், அந்த மகானிடம் மன்னிப்பு கோரினார். தான் வந்த விஷயத்தைக் கூறி, தனக்கு யோக வித்தையில் உள்ள சூட்சுமத்தைக் கற்பிக்குமாறு வேண்டினார். பின் அந்த யோகியிடம் சில நாட்கள் தங்கி, அவரிடம் சில உபதேசங்களைக் கற்று, மனம் தெளிந்தவராய் ஸ்ரீபரமஹம்ஸ யோகானந்தர் மீண்டும் தன் குருவிடம் வந்து சேர்ந்தார்.

### காஞ்சி மகா பெரியவர்

ஆதிசங்கரரின் மறு அவதாரமாகவும், பக்தியும் ஞானமும் ஒன்று சேர்ந்து உருவான அறிவுக் களஞ்சியமாகவும், தனக்கென எதையும் செய்யாது, பிறர்க்கென, பிறர் நல்வாழ்வுக்கென தன் வாழ்நாள் முழுவதையும் அர்ப்பணித்தவர் காஞ்சி மகான்.

அவரால் காஞ்சி காமகோடி பீடம் பெருமை பெற்றதா அல்லது அந்த மடத்தால் அவருக்கு பெருமையா என்றால், அந்த மகானால்தான் பீடம் பெருமைபெற்றது. மேலும் உயர்வு பெற்றது எனலாம். சகலமும் அறிந்த, சாட்சாத் அந்த காமாட்சியின் மறு உருவமாகவே வாழ்ந்த அருள் வள்ளல், ஞானக் கனி, ஸ்ரீசந்திர சேகரேந்திர சரஸ்வதி ஸ்வாமிகளின் வாழ்வில் நடந்த சில சுவாரஸ்யமான சம்பவங்களைக் காணலாம்.

பக்தி பெரிதா அல்லது ஞானம் பெரிதா என்று ஆராய்ந்தால், இரண்டும் ஒரே இடத்திற்கு அழைத்துச் செல்லும் வெவ்வேறு பாதைகள் எனலாம். பக்தியின் மூலம் சரணாகதியும் சரணாகதி மூலம் ஞானமும் உண்டாவது இயற்கை.

வேறொரு வகையில் பார்த்தால், தன் அறிவின் மூலம் ஆன்ம விசாரணை மற்றும் நல்ல புத்தகங்களின் வழிகாட்டுதல், ஞான வான்கள் மற்றும் குருமார்களின் நல் உபதேசங்கள் ஆகியவற்றின் மூலம் நாம் பக்குவப்பட்டு உன்னத நிலையை அடைந்த பின்பு, நமக்கு

### எது ஞானம்?

"உண்மை" என்ன என்பது, உணர்வின்மூலம் அறியப்படும்போது, "கடவுள் என்பது என்ன?" என்ற விலைமதிப்பற்ற கேள்விக்கு விடை கிடைக்கிறது. அதன்பின்பு அந்த உண்மையை மட்டுமே நம்பி, அதனிடம் சரணாகதி அடைவது "ஞானத்திலிருந்து பக்தியை நோக்கி நம்மை அழைத்துச் செல்கிறது" என்று அறியலாம். எனவே பக்தியும், ஞானமும் ஒன்றுதான். அதை உணர்த்தும் வகையில் காஞ்சிப் பெரியவா வாழ்வில் நடந்த ஒரு நிகழ்வைப் பார்க்கலாம்.

பல வருடங்களுக்கு முன்பு திருவண்ணாமலையில் வாழ்ந்த ஸ்ரீரமண மகரிஷி உலகிற்கு அவ்வளவாகத் தெரியாத காலம் அது. அவரிடம் இருந்த அபார ஞானமும், தம் இளம் பிராயத்தில் திருவண்ணாமலை வந்து பாதாளக் குகையில், அருணாசல மலைக்குகையில் தவமியற்றி, அன்ன ஆகாரமின்றி பிறரால் தாக்கப்பட்டும், கிண்டல் செய்யப்பட்டும், சிறிதும் தளராமல் அவர் தேடிப் பெற்ற தெய்வ கடாட்சமும் காஞ்சி மகான் அறிவார்.

காஞ்சி மகானின் ஞானம் எல்லையற்றது என்பதை உலகே அறியும். சக்தியின் அம்சமாகத் திகழ்ந்த காஞ்சிப் பெரியவா, "சிவம்" என்றால் அமைதி, சாந்தி, தெய்வீகம், எல்லையற்ற ஆனந்தம், அறிவுமயம், அழிவில்லாத ஒன்று என்று அழைக்கப்படும் 'சத்து சித்து ஆனந்தம்' என்ற உண்மைதனை நன்கு உணர்ந்தவர். அதனை அனுபவமாகவும் அடைந்தவர்.

அதேவேளையில், சிவமாகவே வாழ்ந்து வரும் அருணாசல மகான் ஸ்ரீரமணரை, அவர் பெற்ற ஞானத்தை உலகிற்குக் கொண்டுவர சித்தம் கொண்டார் காஞ்சிப் பெரியவா. அந்தச் சமயத்தில் அவரைப் பார்க்க 'பால் பிராண்டன்" எனப்படும் உலகப் புகழ்பெற்ற பயணக் கட்டுரையாளர் வந்திருந்தார். மேலை நாட்டைச் சேர்ந்த அவர், நாடு நாடாகச் சென்று அந்த நாட்டின் கலாசாரம், பக்தி, ஆன்மிகம் மற்றும் அதிசயங்கள் பற்றி அறிந்து அதைத் தன் கட்டுரை மூலம் உலகிற்குச் சொல்பவர்.

அப்படிப்பட்ட ஒரு சிறந்த சேவையைச் செய்யும் நோக்கில், இந்து மதத்தினையும், அதில் அடங்கியுள்ள சிறப்புகளையும் அறிய வேண்டி, சென்னையிலிருந்து பயணப்பட்டு, காஞ்சி மடம் வந்துசேர்ந்தார்.

காஞ்சிப் பெரியவா மடத்தில் இருப்பதை அறிந்த பால் பிராண்டன், அவரை சந்தித்து ஆன்மிகம் பற்றியும் ஞானம் பற்றியும் தன் சந்தேகங்களைத் தீர்க்கும்படி சில கேள்விகளைக் கேட்டார்.

அனைத்தும் அறிந்த காஞ்சிப் பெரியவாவோ, அதற்கான பதிலை தான் கூறுவதைவிடவும், திருவண்ணாமலையில் ஸ்ரீரமணர் என்ற ஒரு ஞானி வாழ்ந்துவருவதாகவும் அவரை சந்தித்தால் சரியான விளக்கம் கிட்டும் எனவும் கூறினார். அதை ஆமோதித்த பால் பிராண்டன், சிறிது நேரம் அவரிடம் பேசிக்கொண்டு இருந்துவிட்டு, காஞ்சியிலிருந்து சென்னைக்குப் புறப்பட்டுச் சென்றார்.

அவர் அடுத்த நாள் அதிகாலை, சென்னையிலிருந்து வெளிநாடு செல்ல திட்டமிட்டு, முன்கூட்டியே அதற்கான ஏற்பாடுகளைச் செய்துவிட்டுதான் காஞ்சிப் பெரியவாவைப் பார்க்கச் சென்றார். எனவே காஞ்சிப் பெரியவாவின் வழிகாட்டுதலின்படி அவரால் திருவண்ணாமலை செல்ல இயலாத சூழ்நிலை ஏற்பட்டது. எனவே மீண்டும் இந்தியா வரும்போது ஸ்ரீரமணரை சந்திக்கலாம் என முடிவுசெய்து, சென்னையில் ஹோட்டல் அறையில் அன்று இரவு தங்கியிருந்தார்.

சரியாக தூக்கம் வராது படுத்திருந்தார். நல்ல நடு நிசி நேரம். திடீரென்று அந்த அறையில் ஒரு ஒளி வெள்ளம்போல் வெளிச்சம் தோன்றியது. அந்த வெளிச்சத்தினுள் காஞ்சி மகானின் உருவம் தெரிவது கண்டு பால் பிராண்டனுக்கு என்ன செய்வதென்றே தெரியவில்லை. காஞ்சி மகான் அவரிடம், "நீ நாளை வெளிநாடு செல்வதை ரத்துசெய்துவிட்டு, திருவண்ணாமலை புறப்பட்டுச் செல். அங்கு ரமணரை சந்தி. அதுவே இறைவனின் சித்தம்" என்று கூறி மறைந்தார்.

பால் பிராண்டனுக்கு, தான் விழித்திருந்தபோது அந்த ஒளியில் காஞ்சி மகானை கண்டோமா அல்லது தூக்கத்தில் கனவில் நடந்ததா என்று புரியாத ஒரு மாயக் கலக்கத்தை இறை சக்தியானது அவருக்கு உண்டாக்கிவிட்டது. மூடியிருந்த அறையில் எப்படி காஞ்சிப் பெரியவா உள்ளே வந்திருக்கக்கூடும் என்பதும் அவருக்கு புரியாத புதிராகவே இருந்தது. இந்த நிகழ்ச்சியை அவரே தன் பயணக் கட்டுரையில் குறிப்பிட்டிருந்தார். அது சம்பந்தமாக காஞ்சி மகானிடம் அவருடைய சீடர்கள் விளக்கம் கேட்டபோது, ஒன்றுமே அறியாதது போல், "அதுதான் தூங்குவதற்கு முன் நல்லதை நினைக்க வேண்டும்" என்று பதில் கூறினாராம் காஞ்சி மகான்.

அந்த நிகழ்ச்சிக்குப்பின், பால் பிராண்டன் திருவண்ணாமலை சென்று பகவான் ரமணரை சந்தித்தார். அவருக்கு அண்மையில் அமர்ந்த திரு.பால் அவர்களுக்கு, அந்த இடம் முழுவதும் ஒரே

### எது ஞானம்?

அமைதி, சாந்தி, பரவியிருந்ததை உணர முடிந்தது. தான் கேட்க வந்த வினாக்களுக்கு பதில்தனை, தன் வாய் திறந்து எதுவும் பேசாமலே ரமணர் விளக்கி விட்டது போலவே ஓர் உணர்வு, அலாதி ஆனந்தம். எழுத்துக்களால் விவரிக்க இயலாத அளவிற்கு அந்த நிமிடங்கள் இருந்தது என்றே கூறலாம்.

சில நிமிடங்கள் மௌனத்தில் கரைந்துபோனதே தெரியாத வகையில் சென்றது. அதன் பிறகு ரமணர் பால் பிராண்டனை நோக்கி, அவர்தம் சந்தேகம்தனை கேட்குமாறு கூறினார்.

பால் பிராண்டன் தன்னைப்பற்றியும், தன் தொழில், இந்தியா வந்த விஷயம், காஞ்சி மகானை சந்தித்தது. தன் சந்தேகம், அதற்கான விளக்கம் என தன்னைப்பற்றி கூறும்போது, ஒவ்வொரு முறையும் 'நான்' என்பதைக் குறிக்கும் ஆங்கிலச் சொல்லான 'I am' என்ற வார்த்தையை உபயோகித்தார்.

பொறுமையாக பதில் ஏதும் பேசாமல், இடைமறிக்காமல் எல்லாவற்றையும் கேட்டு முடித்த பகவான், பால் பிராண்டனிடம், "நான், நான் என்று வார்த்தைக்கு வார்த்தை கூறுகின்றீரே, அந்த நான் யார்?"

" Who am I? என்ற உலகப் புகழ் பெற்ற கேள்விதனை, சாக்ரட்டீஸால் பலநூறு ஆண்டுகளுக்கு முன்பாகவே கேட்கப்பட்ட அந்தக் கேள்வியை ஆன்ம உலகையே புரட்டிப் போட்ட அந்தக் கேள்வியை பகவான் கேட்டார். அதன்பின் எத்தனை பெரிய மகான்கள் உருவாகி, மேலை நாடு மற்றும் கீழை நாடுகளுக்குச் சென்றாலும் அங்கு வசிக்கும் மக்கள் அந்த மகான்களிடம் முதன் முதலில் கேட்கும் கேள்வி "Whom am I" என்பதன் விளக்கம்தான். முக்கியமாக அமெரிக்கா நாடுகளில் ரமணரும் அவர் தம் உபதேசங்களும் வெகு பிரபலம். தான் வாழ்ந்த திருவண்ணாமலையை விட்டும், அருணாசலகிரியில் அமைந்த ஆசிரமத்தை விடுத்தும் எங்குமே செல்லாது, பால் பிராண்டன் என்ற ஒரு மனிதர் மூலம் உலகப் புகழ் பெற்றவர் ரமணர்.

இந்தியாவிலிருந்து மேல்படிப்புக்காக, லண்டன் முதலான மேலை நாடுகளுக்கு இந்தியர்கள் செல்வதைப்போல, மேலை நாடுகளிலிருந்து ஆன்மிகத்தை அறியவேண்டி, அமைதியான வாழ்வு வாழ வழியறிய வேண்டி, இந்தியாவிற்கு அதுவும் திருவண்ணாமலைக்கு இன்றும் ஆங்கிலேயர்கள் வந்து தங்கி தியானம் பயில்கின்றனர். அதற்கு ஒரே காரணமாக விளங்குபவர்,

சிவமாக வாழ்ந்து, சிவத்துடனே ஐக்கியமாகி, இன்று அந்த அருணாசல சிவனாகி அருள்புரியும் பகவான் ஸ்ரீரமணர் மட்டுமே என்பது அனைவரும் அறிந்த உண்மை.

அந்த சிவத்தை உலகறியச் செய்த சக்தி, காஞ்சியில் வாழும் நடமாடும் தெய்வம் என்று அழைக்கப்பட்ட மகா பெரியவாதான் என்பதை நான் சொல்லித் தெரியவேண்டியதில்லை.

காஞ்சி மகானின் முக்கால ஞானத்திற்கு ஒரு உதாரணமாக மற்றொரு சம்பவத்தைக் காணலாம்.

ஒருநாள் இரவு 10 மணிவாக்கில், மடத்தில் அனைவரும் இரவு நேர உணவு உண்ட பின்பு கண் அயரும் நேரம். மடத்து சமையல்காரர் எல்லா வேலைகளையும் முடித்து, அயர்ச்சியோடு, தூங்குவதற்குத் தயாராயிருந்தார்.

அந்த நேரத்தில், பெரியவா ஏதோ புத்தகம் படித்துக் கொண்டிருந்தார். திடீரென்று, அந்த சமையல்காரரை அழைத்து, "உன்னால் இயன்றால், எனக்கு ரவா தோசை பண்ணித்தர இயலுமா?" என்று கேட்டார்.

எதையுமே ஆசைப்பட்டு கேட்காத பரப்ரம்மம், அதிசயமாக ரவாதோசை வேண்டுமென்று கேட்டவுடன் சமையல்காரருக்கு அயர்ச்சியெல்லாம் பறந்தோடியது. பரபரப்பானார். சமையல் அறைக்கு விரைந்தவர், அங்கு என்ன இருக்கிறது என்று பார்த்தால், ரவையைத் தவிர மற்ற எல்லாப் பொருள்களும் உள்ளன. "கடை அடைத்திருப்பார்களே என்ன செய்வது" என்று கவலை தொற்றிக் கொண்டது. அந்த நேரம் பார்த்து, வயதான பெண்மணி ஒருவர் மடத்துக்கு பெரியவரை தரிசிக்க வந்துசேர்ந்தார். அவரிடம் சமையல்காரர், விவரத்தை எடுத்துக் கூறியவுடன், அந்தப் பெண்மணி தானே ரவை வாங்கி வருவதாகக் கூறிச் சென்றார். அநேக கடைகள் முடியிருந்தாலும், ஒரு கடையில் மட்டும் எல்லாப் பொருட்களையும் உள்ளே வைத்துவிட்டு, கடையை மூடுவதற்காகத் தயாராயிருந்தார்கள். அந்தக் கடைக்காரரிடம், பெண்மணி தன்னுடைய தேவையை எடுத்துக்கூறி, ரவை இருக்கிறதா என்று கேட்டார். பின், அந்தக் கடைக்காரர் உள்ளே சென்று இருக்கிற ரவையை எடுத்துக்கொடுத்தார். அதைப் பெற்றுக்கொண்டு, அந்தப் பெண்மணி அவசரமாக மடத்திற்கு வந்துசேர்ந்தார்.

கொண்டு வந்த ரவை முழுவதையும் கரைத்து, அடுக்கடுக்காக ரவாதோசைகள் தயார் செய்தார் சமையல்காரர். கேட்டது

பேசும் தெய்வமல்லவா. அதை எடுத்துக்கொண்டு காஞ்சிப் பெரியவாளிடம் முன்வைத்து சாப்பிடும்படி பணிவாகக் கேட்டார்.

பெரியவா அந்த தோசைகளைப் பார்த்தவுடன் மிகவும் மகிழ்ச்சியுற்று சமையல்காரரைப் பாராட்டினார்.

ஒரு தோசையில் ஒரு சிறிய பகுதியை மட்டும் பிய்த்து, எடுத்து வாயில் போட்டு சுவைத்து, மிகவும் நன்றாக சுவையாக இருப்பதாகக் கூறினார்.

அவ்வளவுதான், அதன்பிறகு அந்த தோசைகளை எடுத்துச் செல்லுமாறு கூறிவிட்டு, படிக்கத் துவங்கிவிட்டார்.

சமையல்காரருக்கு கவலை வந்துவிட்டது. ஆசையாக எத்தனை தோசைகள் சாப்பிடுவாரோ என்று தெரியாததால்தான், இத்தனை தோசைகளை சிரமப்பட்டு செய்துவந்தார். ஆனால், நடந்ததே வேறு. மற்றவராக இருந்தால் காரணம் கேட்கலாம். காரணகர்த்தாவாகவே விளங்கும் குருவிடம் என்ன கேட்க முடியும்? அமைதியாகத் திரும்பினார். பெண்மணி பசியோடு இருப்பதை அறிந்து சில தோசைகளை சாப்பிடுமாறு கொடுத்துவிட்டு, மற்றவற்றைப் பத்திரப்படுத்தினார்.

இரவு 11 மணிக்கு மேல் இருக்கும். ஒரு ஏழு பேர், எங்கோ தொலைவில் இருந்து காஞ்சிப் பெரியவாவை தரிசிக்க வந்துசேர்ந்தனர். காஞ்சிப் பெரியவா விழித்திருப்பதைப் பார்த்து மிகவும் சந்தோஷமடைந்தனர்.

மகா பெரியவா, தன்னைக் காண வந்தவர்கள் விவரம் அறிந்ததும், அவர்களைச் சந்தித்தார். இவ்வளவு தாமதத்திற்கு காரணம் என்ன என்று அனைத்தும் அறிந்தவர், ஒன்றுமே தெரியாதது போல் கேட்டார்.

அவர்கள் பொழுதிலேயே ஊரைவிட்டு கிளம்பி வந்ததாகவும், வரும் வழியில் வாகனம் பழுதடைந்து அதைச் சரிசெய்ய மிகவும் தாமதமாகி விட்டது எனத் தெரிவித்தனர்.

வந்தவர்கள் மிகவும் ஆச்சாரம் பார்ப்பவர்கள். மடத்திலேயோ அல்லது ஆச்சாரமானவர்கள் செய்த சமையல் மட்டும்தான் சாப்பிடுவார்கள். எனவே, வழியில் எதுவும் சாப்பிடாமல் பசியோடு இருப்பதை காஞ்சி மகான் அறிந்துகொண்டார்.

சமையல்காரரை அழைத்தார். வந்தவர்களை அறிமுகப்படுத்தி, அவர்கள் பசியோடு இருப்பதாகவும், அந்த ரவாதோசைகளை வந்தவர்களுக்கு கொடுக்குமாறும் கூறினார்.

வந்தவர்கள் பசியாற ரவாதோசைகளை உண்டு மகிழ்ந்தனர். அப்போதுதான் சமையல்காரருக்கு விவரம் புரிந்தது. காஞ்சி மகான் ரவாதோசைகள் கேட்டது அவர் சாப்பிடுவதற்காக அல்ல. வரப்போகிற பக்தர்கள், பசியோடு வருவார்கள் என்பதை முன்னமே அறிந்த அந்த கருணாமூர்த்தி - அவர்களுக்காகத்தான் அந்த ரவாதோசைகளை செய்யச் சொல்லியிருக்கிறார்.

அதை நேரடியாகச் சொன்னால் சமையல்காரர் முடியாது என்றா கூறிவிடுவார்?

எல்லா வேலைகளையும் காலை விடிந்தது முதல் இரவு வரை ஓயாது செய்து முடித்து களைத்து தூங்கப் போகும் மனிதரிடம், மேலும் ஒரு வேலை சொல்ல பெரியவருக்கு தயக்கம். ஆனால், தனக்கு என்று கேட்டால், தன் மீது சமையல்காரர் கொண்ட அன்பினால், உடல் கஷ்டத்தைப் பெரிதாக எடுத்துக்கொள்ளாமல் செய்து தருவார் என்ற மனித நேயம்தான் காரணம் என்பது பின்னாளில்தான் சமையல் செய்தவருக்கு தெரிந்தது.

மகான்களின் வாழ்வில் நடந்த சுவாரஸ்யமான சம்பவங்களைக் கொண்டு, அநேகம் பேருக்கு முக்காலமும் அறிந்தவர்கள் உண்டா... இல்லையா? என்கிற சந்தேகம் தீர்ந்திருக்கும்.

சில ஜோதிடர்கள் அல்லது குறி சொல்லுபவர்கள், நம்மிடம் நம் வாயாலேயே நம்மைப் பற்றித் தெரிந்துகொண்டு, பின் நம்மிடமே அதை வேறு வகையில் தன் ஞானதிருஷ்டியால் கண்டு கூறுவதைப் போல சொல்லி, நம்மை மயக்கும் மாயவித்தை தெரிந்தவர்கள். நம் மனதை நம்முக பாவனைகளைக் கொண்டே அறிந்துகொள்ளும் *Mind Reading* எனப்படும் கலையில் கைதேர்ந்தவர் பலர். அதை அவர்கள் ஒரு விசேஷ சக்தி தன்னிடம் இருப்பதைப் போல காட்டி, நம்மிடம் பணம் பறிக்க வேண்டி செய்யும் சூழ்ச்சிகள் மறுபக்கம்.

இவர்கள்தான், இந்த மானுட குலத்தை உண்மை எது, பொய் எது என்பதை அறிய விடாமல் தடுத்துக்கொண்டிருக்கும் தடைக்கற்கள். உண்மையைவிட, விளம்பரத்திற்கும் வெளி வேஷத்திற்கும் அதிக முக்கியத்துவம் கொடுக்கும் இந்த மாய உலகில், மகான்கள் தன்னை "மகான்கள்" என்றோ, அனைத்தும் அறிந்தவர் என்றோ கூறிக்கொள்வதில்லை.

ஆனால் அதே சமயத்தில், உலகம் உய்ய வேண்டி, தனக்கு இறைவனால் வழங்கப்பட்ட அந்த விசேஷ சக்தியை உரிய நேரம் வரும்போது பயன்படுத்தி, உயிர்களை அவர்தம் கஷ்டங்களிலிருந்து காக்கத் தவறியதில்லை.

### எது ஞானம்?

முக்காலமும் உணர்ந்த ஞானிகள் பற்றியே இதுவரை உதாரணம் கூறியதால், எல்லா ஞானிகளும் அந்த சக்தியைப் பெற்றவர் என்று கூற இயலாது.

ஏனெனில், சாக்ரடீஸ் முதல் ஜே.கிருஷ்ணமூர்த்தி என்கிற ஜே.கே., ஓஷோ போன்றவர்களும் மற்றும் பல ஜென் தத்துவ ஞானிகளும், உலக ஞானிகள் பலரும் அந்த விசேஷ சக்தி படைத்தவர்கள் அல்ல என்பதே வரலாறு. நிகழ்காலத்தில் வாழும் 'எகார்ட் டோல்' என்கிற ஒரு ஞானி முதல், நாம் அறியாத பலரும் அந்த சக்தி படைத்தவர்கள் இல்லை. எனவே, ஞானம் என்பதற்கான வரையறை அதுவல்ல.

'இதுதான் ஞானம்' என்பதை அதை அறிந்த ஞானிகள் ஒருசில வரிகளிலேயே சொல்லியிருக்கின்றனர். அப்படி நேரடியாகக் கூறாமல், எதுவெல்லாம் 'ஞானம்' என்று இவ்வுலக மக்கள் தவறாகப் புரிந்துகொண்டுள்ளனரோ, அதுவெல்லாம் 'ஞானம்' அல்ல என்பதை தெளிவுபடுத்திவிட்டால், 'எது ஞானம்' என்ற விலைமதிக்க முடியாத கேள்விக்கு விடையை எடுத்துச் சொல்லும்போது, மிகச் சரியாக நீங்கள் புரிந்துகொள்வீர்கள் என்று நம்புகிறேன்.

மேலே கூறிய சம்பவங்களை, இன்றைய அவசர உலகில், ஒரு புத்தகமாகவோ அல்லது இணையத்தின் (Internet) மூலமாகவோ தேடிக் கண்டறிய இயலாத சூழ்நிலை.

பொழுது புலர்ந்தால் வெளியில் வேலைக்கு அல்லது கல்வி பயில என்று குறிப்பிட்ட நேரத்திற்குள் செல்ல வேண்டும் என்கிற கட்டாயத்திற்கு ஆட்கொள்ளப்பட்டுள்ளனர். சிறிது நேரம் தவறினாலும் பெரிய பதற்றத்திற்கு ஆளாகிவிடுவர். போக்குவரத்து விதிகளுக்கு உட்பட்டு, சிக்னலில் சில நிமிடம் தாமதமானாலும், கோபத்தின் உச்சிக்கே செல்கின்ற சூழ்நிலை. எங்கு சென்றாலும் கூட்டம், வரிசை, காத்திருக்கவேண்டிய கட்டாயம், காலமின்மை என்கிற கொடிய நோயினால் தாக்கப்பட்டுள்ள மனிதர்கள்... இதுதான் இன்றைய அவசர உலகம்.

இப்படி காலை முதல் இரவு வரை இயந்திரமாகிவிட்ட வாழ்க்கை, வீட்டினுள் நுழைந்தால் மன இறுக்கத்தை சரிசெய்ய வேண்டி தொலைக்காட்சியில், அலைபேசியில் மற்றும் இணையத்தில் ஆயிரம் பொழுதுபோக்குகள்.

வார இறுதி நாட்களில் தங்குவதற்கு, குடும்பத்தாருடன் மகிழ்வதற்கு, தன் பிள்ளைகளை வெளியில் அழைத்துச்சென்று அவர்களுக்கு ஏதேனும் வாங்கிக் கொடுத்து சந்தோஷப்படுத்துவதற்கு

என்று வாழ முடியுமே தவிர, அந்த நேரத்தில் மகான்கள் மற்றும் ஞானிகள் பற்றி, தேடிப் படிக்கச் சொன்னால், அது பொருத்தமாக இருக்காது.

அதனால், இந்தப் புத்தகத்தை வாசிக்கும் அன்பர்களின், அரிய நேரத்தை அடியேன் உபயோகப்படுத்தி, கிடைப்பதற்கரிய பொக்கிஷங்களாகப் புதைந்துள்ள பல அரிய சம்பவங்களை உங்களுக்கு எடுத்துக்கூறியுள்ளேன்.

# கடவுளின் நேரடி தரிசனம்!

அநேக மக்கள், "கடவுளை ஒருமுறை நேரடியாகத் தன் இரு கண்களாலும் பார்த்துவிட்டால், நம் பிறவித்துயர் நீங்கிவிடும், செய்த பாவமெல்லாம் கழிந்துவிடும், பின் ஞானம் அல்லது முக்தி எனும் நிலையை அடைந்துவிடலாம்" என்று நம்புகின்றனர்.

இன்னும் பலருக்கு, "கடவுள் என்ற ஒன்றை உணர முடியுமே தவிர, தன் இரு கண்களாலும் காணவே முடியாது" என்கிற நம்பிக்கையும் உண்டு.

ஞானிகள் பலரும், கடவுள் என்கிற பிரபஞ்ச சக்தி, தம் இரு கண்களால் காணக்கூடிய சாதாரண ஒரு பொருள் அல்ல. அது நம்மால், நம் உடம்பினுள் நம் மனத்தைக் கடந்துசென்று உணர வேண்டிய அனுபவ நிலை என்கின்றனர். இன்னும் கூறப்போனால் அதுவே ஞானநிலை என்றும், அவ்வாறு கிடைக்கும் ஆன்ம தரிசனமே 'ஞானம்' என்றும் கூறுகின்றனர். அதுவும் உண்மைதான். பக்தி மார்க்கத்தில் உச்சமாய் திகழ்ந்த காஞ்சி மகான் போன்றவர்கள் கூட, அதை ஒப்புக்கொண்டுள்ளனர்.

ஞானத்தைப் பற்றி விரிவாக நாம் பார்ப்பதற்கு முன், கடவுளின் நேரடி தரிசனம் என்பது உண்மையா? அது ஞானிகளுக்கும் மகான்களுக்கும் மட்டுமே கிட்டக்கூடியதா?

சாதாரண மனிதர்கள்கூட தான் வணங்கும் கடவுளை, முக்கியமாக கிராமத்து தேவதைகளாக வழிபடும் காவல் தெய்வங்களைப் பார்த்ததாகக் கூறுகின்றனரே... உண்மையா? என்று பல கேள்விகள் மக்கள் மனதில் ஓடிக்கொண்டுள்ளன. அதைச் சற்று விரிவாகப் பார்ப்போம்.

கடவுளை தன் இரு கண்களாலும், உணர்வு நிலையில் நேரடியாகப் பார்க்க முடியுமா என்றால் நிச்சயம் முடியும்.

அதற்கான உதாரணங்களை, அடியேன் கற்றவரையில் உங்களுக்கு எடுத்துக் கூறுகிறேன்.

**'பப்பா' ராம்தாஸ் :**

'பப்பா' என்று அன்பாக அழைக்கப்படும் ஸ்ரீராம்தாஸ் ஸ்வாமிகள், வட கேரளாவில் மங்களூருக்கருகில், 'ஆனந்த ஆசிரமம்' என்னும் பிரசித்திபெற்ற ஆசிரமத்தை நிறுவி, அது இன்றும் இந்திய அளவில் புகழ்பெற்று, ஆன்ம சேவைதனை உலகிற்கு அளித்துக் கொண்டுள்ளது. சாதாரண இல்லறவாசியாக இருந்த ராம்தாஸ், தன் தகப்பனாரிடம் தன்னுடைய வாழ்வில் ஏற்பட்டுள்ள பொருளாதார கஷ்டங்கள் நீங்க வேண்டி ஆலோசனை கேட்டார். அதற்கு அவர் தந்தை 'ஸ்ரீராம், ஜெய்ராம், ஜெய் ஜெய் ராம்' என்கிற மந்திர உபதேசம் செய்து, அதை திரும்பத் திரும்ப ஜெபிக்கும்படி ஆலோசனை கூறினார்.

இன்றைய உலகில், இப்படியொரு யோசனையை பொருளாதார முன்னேற்றத்திற்காக வேண்டி கூறினால், அவர்களை விநோதமாகப் பார்ப்பர் மக்கள். பொருளாதார சிக்கலை சீர்செய்ய அறிவை உபயோகப்படுத்தி, சரியாகத் திட்டமிட்டு, ஓயாது உழைத்தால் மட்டுமே ஓரளவு மீள முடியும். அதை விடுத்து, மந்திர ஜெபம் செய்தால் எப்படி சரியாகும் என்றுதான் கூறுவர். இதுதான் யதார்த்தமான உண்மையும்கூட.

ஆனால், எவ்வளவுதான் அறிவுக்கூர்மை படைத்தவராயிருந்தும்கூட, எப்பேர்பட்ட கடின உழைப்பையும் வியர்வையும் சிந்தி உழைப்பவராயிருந்தாலும், அதிர்ஷ்டம் என்ற ஒன்று இல்லையென்றால், செல்வந்தர் ஆவது, தொழிலில் வெற்றி

## எது ஞானம்?

கிட்டுவது கடினம் என்ற நம்பிக்கை, ஏறக்குறைய அனைவரிடமும் உள்ளது.

அதிர்ஷ்டத்தையும் ஆண்டவன் அருளையும் ஒன்று என்று எடுத்துக்கொள்ளக்கூடாது. ஏனென்றால், கடவுள் பக்கமே திரும்பிப் பார்க்காதவர், ஒழுக்கம் அற்றவர், கருணையற்றவர், பணத்திற்காக எத்தகைய குற்றங்களையும் நியாயமின்றிச் செய்யும் குணம் படைத்தவரெல்லாம் செல்வந்தர் ஆகவும், செல்வாக்கு படைத்தவர்களாகவும், அரசியல்வாதிகளாகவும் இருக்கின்றனர். கெட்டவர் உயர்ந்தவராகவும், நல்லவர் கஷ்டப்படுவதையும் தெய்வ அருள் வேடிக்கைப் பார்க்காது. மாறாக, அவரவர்தம் கர்மபலன் (செய்கின்ற செயல் மற்றும் உழைப்பின் பலன்) என்பது, நல்லவராக இருந்தாலும் கெட்டவராக இருந்தாலும் அள்ளிக் கொடுத்துவிடுகிறது. அதுவே 'அதிர்ஷ்டம்' என்றும் அழைக்கப்படுகிறது.

ஆண்டவன் அருள் என்றென்றும் நல்லவர் பக்கமே உள்ளது. ஏனெனில், நன்மை, உண்மை என்பதுதான் கடவுளின் தன்மை. ஒழுக்க சீலராக, பக்திமானாக வாழ்ந்த பலரும், உயர்ந்த பதவியிலும் செல்வச் செழிப்பிலும் உள்ளனர் என்றால், அவர்களுக்கு தெய்வ அருளும் அவர்களின் கர்மபலனும் கைகோர்த்து அள்ளிக்கொடுத்துவிடுகிறது என்று அர்த்தம்.

சிலர் நல்ல மனிதர்களாக இருப்பார்கள். அவர்களுக்கு தெய்வ அருள் பரிபூரணமாக இருக்கும். ஆனால், அவர்தம் கர்ம பலன், (அவர்கள் அறியாது செய்த தீய செயல் அல்லது பாவத்தின் பலன்) அதைத் தடுத்துக் கொண்டிருந்தால், இறைவன் அதிலிருந்து அவர்கள் மீண்டு வரும்வரை, அவர்களுக்கு ஒன்றும் செய்ய இயலாது. இதுதான் இயற்கை என்பது என் கருத்து.

எனவே, நல்ல மனிதர்கள் அவர்களின் கர்மபலனால் கஷ்டப்படும்போது, அதிலிருந்து மீண்டு வர தெய்வமானது தன் பக்தருக்கு அதைத் தாங்கும் சக்தியைக் கொடுக்கும்.

தெய்வ சக்தியை நாம் பெறுவதற்காக, நம் முன்னோர்களால் சொல்லப்பட்ட உபாயமே தியானம், ஜெபம், பூஜை, ஆலய தரிசனம் முதலானவை. அதன் அடிப்படையில்தான், பப்பா ராம்தாஸ் அவர்களின் தந்தையும் அவருக்கு மந்திர உபதேசம் செய்தார்.

அதன்படியே, ராம்தாஸ் அவர்களும் இடைவிடாது ராம நாம

பப்பா ஸ்ரீ ராம்தாஸ் ஸ்வாமிகள்

## எது ஞானம்?

ஜெபத்தை முழு நம்பிக்கையோடு ஜெபித்து வந்தார். பொருளாதார சிக்கல் சிறிது சிறிதாக சரியாகி வந்த அதே வேளை, அவர் மனம் ராம பக்தியில், ஆத்ம விசாரணையில் ஈடுபட ஏங்கியது. எல்லா பிரச்சனைகளையும் சரிசெய்து விட்டு, குடும்ப வாழ்க்கையை உதறிவிட்டு, ஸ்ரீராம நாம ஜெபத்தில் முழுநேரமும் ஈடுபட்டார்.

திருவண்ணாமலை வந்து, பகவான் ஸ்ரீரமண மகரிஷியை தரிசித்தார். அவரின் ஞான உபதேசத்தை ஏற்று, அருணாசலகிரி மலைக்குகைதனில் ஆறு மாதங்கள் இடைவிடாது தியானம் மற்றும் மந்திர ஜெபத்தில் முழு மூச்சாக ஈடுபட்டார். ஏற்கெனவே அவருக்கு இருந்த ராமபக்தியுடன், அவர் தவமும் ஒன்றுசேர்ந்து அவருக்கு 'அகண்ட ஞானம்' தரிசனமாகக் கிட்டியது.

'கண்ட' என்றால் பிரிந்து நிற்பது. 'அகண்ட' என்றால் ஒன்றாகி நிற்பது. அதாவது ஒவ்வொரு உயிரிலும் இருப்பது இறைவனே என்பதை அனுபவப்பூர்வமாக அறிவது.

எப்பேர்பட்ட மகான்களுக்கும் கிட்டாத 'அகண்ட ஞான தரிசனம்' பப்பா ராம்தாஸ் ஸ்வாமிகளுக்கு கிட்டினாலும், அவர் ஸ்ரீராம நாம ஜெபத்தையே கடவுளை அடைய ஒரே வழி என்று கருதினார். ராம நாம ஜெபத்தை இடைவிடாது ஜெபித்தார்.

அவரிடம் மந்திர உபதேசம் பெற்று, மகா ஞானியான அவதாரபுருஷர்தான் யோகி ராம் சுரத் குமார். பப்பா ராம்தாஸ் ஸ்வாமிகள், ஓரிடத்தில் தங்காது கால்நடையாகவும் வாகனத்தின் மூலமாகவும் இந்தியா முழுவதும் சுற்றி வரலானார். ஒரு சமயம் இமயமலையில் உள்ள ஹரித்துவார் சென்றார். அப்போது அங்கு கும்பமேளா நடந்துகொண்டிருந்த காரணத்தால், கங்கை நதியில் நீராடி, புண்ணியம் சேர்த்து, முக்தி பெறவேண்டி சாமியார்கள், சாதுக்கள், துறவிகள் கூட்டம் குவிந்திருந்தது.

அந்தக் கூட்டத்தைப் பார்த்து வரலாம் என்று சென்றவர் அந்தக் கூட்டத்தில் சிக்கி, பெரும்பாடுபட்டு மீண்டு வந்தார். ஆனால், அவர் கங்கை நதியில் குளிக்கவுமில்லை. அதற்கான ஆர்வமும் காட்டவில்லை. ஏனென்று அவரிடம் காரணம் கேட்டனர் மற்ற சாதுக்கள். அதற்கு ராம்தாஸ் ஸ்வாமிகள், இறைவனை அடைய வேண்டி கடைப்பிடிக்கப்படும் இந்த மாதிரியான குறுக்கு வழிகளில் தனக்கு ஒருபோதும் நம்பிக்கை இல்லை என்றார். மேலும், இறைவனது அருளை பரிபூரணமாகப் பெற என்னவெல்லாம் செய்ய வேண்டுமோ, அதை நான் கடைப்பிடித்து, அதற்கான பலனையும் பெற்றுவிட்டேன். இனி தான் வாழும் காலம் வரை

'ஸ்ரீராம நாமத்தை ஜெபிப்பதுதான், தான் இறைவனுக்கு செய்யும் ஒரே பூஜை, சேவை" என்றார்.

ஹரித்துவாரில் இருந்து வெகுதொலைவில் இமயமலைப் பகுதியில் வசிஷ்டாச்ரமம் எனப்படும் வசிஷ்டர் தவம் செய்த மலைக்குகை ஒன்று உள்ளதாகக் கேள்விப்பட்டார். அங்கு சென்று, தானும் தவம் செய்ய வேண்டும் என்கிற ஆர்வம் ஏற்பட்டது. ஒருமுறை முடிவு செய்துவிட்டால், ராம்தாஸ் ஸ்வாமிகள் அதிலிருந்து பின் வாங்க மாட்டார்.

அந்தக் குகையை நெருங்குவது அவ்வளவு எளிதான காரியம் இல்லை என்றும், அதற்கான வழி சரிவர யாரும் அறியமாட்டார்கள் எனவும் அவரிடம் கூறியும், அவர் சிறிதும் பொருட்படுத்தவில்லை. அந்தக் குகை இருப்பதாக கூறப்படும் திசையை நோக்கிப் பயணப்பட்டார். செல்லும் வழியில் பெரிய மலை ஒன்று குறுக்கிட்டது. சிறிது தவறினாலும் உடல் எலும்புகள் நொறுங்கி, அடையாளம் காண இயலாத அளவிற்குச் செய்துவிடும் உயரம். வழுக்குப்பாறை, சரியான வழி கிடையாது. ராம்தாஸ் ஸ்வாமிகள் விடுவதாக இல்லை. ஸ்ரீராமா என்று ஜபித்துக்கொண்டே, தன்னை ஒரு ஆஞ்சநேயர் என்கிற பாவனையில் நினைந்து, சிறிதும் பயமின்றி மலையேறினார். பலமுறை வழுக்கினாலும், முயற்சியைக் கைவிடாது, ஏதேனும் ஒரு மரக்கிளையைப் பற்றிக்கொண்டு மேலேறினார். எப்படியோ, அரும்பாடுபட்டு மலைமீதேறி, கடந்து சென்றால் ஒரே சமவெளி, விவசாய நிலங்கள். அங்கு மனிதர்கள் வாழ்வதற்கு அடையாளம் தென்பட்டது. சில மைல் தூரம் பயணம் தொடர்ந்தவுடன் இருள் கவ்வத் தொடங்கியது. அங்கு, தொலைவில் ஒரு சிறிய விளக்கு வெளிச்சம் தென்பட்டது.

அதை நோக்கி நடந்தார். அது ஒருசில வீடுகள் மட்டுமே உள்ள மனிதர்கள் வாழும் குக்கிராமம். அங்குள்ள ஒரு வீட்டின் வாசலில் அமர்ந்திருந்த ஒரு மனிதர் ஸ்வாமிகளைப் பார்த்தவுடன், மிகுந்த மகிழ்ச்சியோடு வரவேற்று, அமரச்செய்து, பால் கொடுத்தார்.

பின், இரவு உணவு கொடுத்து, அங்கே தங்குவதற்கான ஏற்பாடுகளையும் செய்தார். அடுத்த நாள் காலை, தன் பயணத்தைத் தொடரலாம் என்று எண்ணிய ஸ்வாமிகள், அவரிடம், தான் தேடிச்செல்லும் வசிஷ்டர் குகை பற்றிக் கூறி, அது விவரம் தெரியுமா என்று கேட்டார்.

அந்த மனிதர், வசிஷ்டர் குகை தனக்கு நன்கு பரிச்சயமான

### எது ஞானம்?

இடமென்றும், அங்கு வசிக்கும் ஒரு முனிவருக்கு பாலும் உணவும் தானே தினமும் கொடுத்து வருவதாகவும் கூறினார். ஸ்வாமிகள் மிகவும் சந்தோஷமடைந்து, குழந்தையைப் போல் துள்ளிக்குதித்தார். அவருடைய இயல்பான சுபாவமும் அதுவே. ஞானியாயிற்றே. மகிழ்ச்சிக்கென்ன குறைவு.

அவர், மேலும் சில விவரங்களைக் கூறினார். அந்தக் குகையில் வசிக்கும் முனிவர் மிகவும் கோபக்காரர் என்றும், அந்தக் குகையில் வேறு யாரையும் நுழையக்கூட அனுமதிக்க மாட்டார் என்றும் கூறினார். அதைக் கேட்ட ஸ்வாமிகள், எல்லாம் என் ராமன் பார்த்துக்கொள்வான். வழியை மட்டும் காட்டுங்கள் என்று நம்பிக்கையோடு பதில் சொன்னார்.

அந்த மனிதர் சொன்ன வழியில் சில மைல் தூரம் நடந்து, அந்தக் குகையை அடைந்தார். அங்கு வாழும் முனிவருக்கு வணக்கம் தெரிவித்து, நமஸ்காரம் செய்தார். அந்த முனிவர் கூறிய பின்னர், அங்கிருந்த ஒரு பாயில் அமர்ந்தார். முனிவர், ஸ்வாமிகளிடம் பல விஷயங்களைக் கேட்டறிந்தார். பின், ராம்தாஸ் ஸ்வாமிகள் குகைக்கு வந்ததன் காரணம்குறித்து முனிவர் கேட்டார், அந்தக் குகையில், தங்கி தவம் செய்ய விரும்புவதாகத் தன் எண்ணத்தை, அந்த முனிவரிடம் தெரியப்படுத்தினார்.

உடனே அந்த முனிவரின் முகம் மாறியது. கடுஞ்சினத்துடன் பேசலானார். இந்தக் குகையை தானே பல காலம் பாதுகாத்து வருவதாகவும், இங்கு யாருக்கும் தங்க அனுமதி இல்லை என்றும் கூறினார். இருப்பினும், நீண்ட தூரம் பயணம் செய்து வந்ததால், இன்று இரவு மட்டும் தங்கிவிட்டு, நாளை காலை பொழுது விடிந்ததும் குகையிலிருந்து சென்றுவிட வேண்டும் என்றும் கூறினார்.

மிகுந்த மகிழ்ச்சியுற்ற ஸ்வாமிகள் அன்று இரவு அங்கு தங்கினார். அடுத்த நாள் காலை, அவர் அந்தக் குகையை விட்டு கிளம்பியபோது, அந்த முனிவருக்கு மனம் மாறி, அருகில் ஒரு குகை இருப்பதாகவும், அங்கு சில நாள் தங்கி தவம் செய்யவும் ஆலோசனை கூறினார். 'எல்லாம் அந்த ராமனின் சித்தம்' என்று பதிலளித்த ஸ்வாமிகள், அந்த மற்றொரு குகையில் அமர்ந்து தவம் இயற்றத் தொடங்கினார். இரவு, பகல் பாராது தவமிருந்து, ஸ்ரீராமநாமத்தை ஜபித்துக்கொண்டே இருந்தார். தனக்குக் கிட்டும் உணவில் சிறிது அளவை, முனிவர் அவருக்கு கொடுத்துவந்தார்.

ஒருநாள், நள்ளிருட்டு வேளை, ராம்தாஸ் ஸ்வாமிகள் கண்களை மூடி தியானம் செய்துகொண்டிருந்தபொழுது, திடீரென ஒரு வெளிச்சம் அல்லது ஒளிப் பிரவாகம் அந்தக் குகை முழுவதும் பரவியது. தன்னையும் அறியாமல் கண் விழித்துப் பார்த்த ராம்தாஸ் ஸ்வாமிகள், அந்த ஒளிவெள்ளத்தைப் பார்த்து வியந்துபோனார். பின் அந்த வெளிச்சத்தினூடே கூர்ந்து நோக்கியபோது ஒரு மனிதர், மஹாயோகி போல நீண்ட தாடியும் நீண்ட தலைமுடியுடனும் ஒளிமிகுந்த முகம், கண்ணைப் பறிக்கும் சூரியனைப் போன்ற கண்களையும் உடையவராக இருந்தார். முழு அங்கி அணிந்து, அதன் மேல் ஒரு சால்வை போர்த்தி, ஸ்வாமிகளை நோக்கி ஏதோ பேசியுள்ளார். அவர் பேசும்மொழி என்னவென்று ஸ்வாமிகளுக்குத் தெரியவில்லை. ஆனாலும் அந்த மஹான் என்ன சொல்கிறார் என்பதை உணர முடிந்தது. ஆனந்தப் பரவசத்தில் திளைத்தார். சிறிது நேரத்தில், அந்த ஒளி மறைந்து, அந்த யோகியும் மறைந்துபோனார். அந்த யோகி வேறு யாரும் இல்லை...

உலகமே வணங்கும் தேவமைந்தர் இயேசுகிறிஸ்து என்று ஸ்வாமிகளே, தான் எழுதியுள்ள புத்தகத்தில் தெரிவித்துள்ளார்.

2000 ஆண்டுகளுக்கு முன்னரே சிலுவையில் மரித்துப் போன இயேசு கிறிஸ்து, ஸ்வாமிகளுக்கு இமயமலைக் குகையில் நேரடி தரிசனம் கொடுத்திருப்பது அதிசயம்.

மகான்களுக்கு மதம் ஒரு தடையில்லை என்பதற்கு இந்த நிகழ்வு ஒரு சான்று.

அதன்பின், சில தினங்கள் கழித்து அங்கிருந்து வெளியேறி, திரும்ப மங்களூர் வந்து, ஆனந்தாசிரமம் அமைத்து, பப்பா ராம்தாஸ் ஸ்வாமிகள் வாழ்ந்தார் என்பது அவரது சரிதம்.

உலகமே தெய்வமாக வணங்கும் இயேசு கிறிஸ்து போன்ற ஒரு மகானை, நேரடியாகத் தன் இரு கண்களாலும் காண இயலும் என்பதற்கு இது ஒரு சான்று.

# பரமஹம்ஸ யோகானந்தரின் நேரடி தெய்வ தரிசனம்

பரமஹம்ஸயோகானந்தரைப்பற்றி ஏற்கெனவே பார்த்தோம். அவர் 2000 ஆண்டுகளுக்கும் மேலாக வாழ்ந்துகொண்டிருக்கும் மஹாயோகி 'பாபாஜி' அவர்களை ஓரிரு முறை நேரடியாகத் தரிசித்து, பேசும் வாய்ப்பையும் பெற்றவர்.

மேலைநாடுகள் சென்று, கிரியா யோகக் கலையைப் பரப்பிய பரமஹம்ஸர், குரு ஸ்ரீயுக்தேஸ்வர் கிரியின் மானசிக அழைப்பை ஏற்று, மீண்டும் கடல் வழி பயணமாக இந்தியா வந்தார். அவர் வரும்போது, அவருடன் அவர் காரியதரிசி மற்றும் ஒரு பயணக்கட்டுரையாளரும் உடன் வந்தனர். இந்தியாவில் பல புனித இடங்களையும், மகான்களையும் தரிசிக்க வேண்டும் என்ற ஆர்வத்தோடு வந்த அவர்கள், அந்தக் காலத்தில் பிரசித்திபெற்ற ஃபோர்டு நிறுவனத்தின் நாலு சக்கர வாகனத்தையும் (Car) தன்னுடன் கொண்டு வந்தனர்.

இந்தியா வந்திருந்த வேளையில், அவருடைய குரு யுக்தேஸ்வர் கிரி அவர்கள் சமாதியடைந்தார். அதன்பின்பு சில காலம் இந்தியாவில் தங்கிவிட்டு, அநேக சேவைகள்

செய்து அமெரிக்கா திரும்பவேண்டி, பம்பாய் சென்றார். அவர் செல்லவேண்டிய கப்பலில், அவருடைய வாகனத்தை ஏற்ற இடமில்லை என்று கூறிவிட்டனர். அவர் கடல் பயணம் முடிந்து அமெரிக்காவில் தரையிறங்கியதற்குப் பிறகு, அந்த வாகனம் அவர்கள் பயணத்திற்கு மிகவும் தேவையான ஒன்றாக இருந்தது. கடல் பயணத்திற்குப் பிறகு, ஓரிரு தினங்கள் சாலை மார்க்கமாகப் பயணம் செய்தே அவர் வாழும் ஆசிரமத்தை அடையவேண்டிய சூழ்நிலை. அதனால், அடுத்த கப்பலில் செல்வதற்குத் தேவையான முன்பதிவு செய்துவிட்டு, பம்பாயில் ஒரு ஹோட்டலில் தனியாக அறை எடுத்துத் தங்கியிருந்தார்.

அவர் மனம் திட்டமிட்டபடி, பயணத்தைத் தொடர முடியவில்லையே என சஞ்சலமடைந்தது. மேலும், இறைவனடியில் ஐக்கியமாகிவிட்ட தன் குருவைப் பற்றிய நினைவுகளும் அவருக்கு கவலையைத் தந்தது. தன் குருவையும், அவர் வாழ்ந்த இந்த நாட்டையும் விடுத்துச் செல்ல வேண்டியிருக்கிறதே என்கிற வேதனையில் இருந்தார். இரவு நேரத்தில் மனவேதனையுடன் தியானமும், இடைவிடாத ஜெபமும் செய்துகொண்டிருந்தார்.

அந்த நேரத்தில், அவர் தங்கியிருந்த ஹோட்டல் அறையின் ஜன்னல் வழியாக, வெளிப்புறம் உள்ள ஒரு கட்டடத்தில், ஸ்ரீகிருஷ்ண பெருமான் காட்சி தந்தார். அந்த தரிசனத்தில் தன்னையே மறந்த பரமஹம்ஸர், கிருஷ்ண பரமாத்மாவிடம் தன் குருவின் தரிசனம் வேண்டும் என வேண்டி, ஆத்மார்த்தமாக பிரார்த்தனை செய்தார். சிறிது நேரத்தில் பகவானின் உருவம் மறைந்தது. அவர் மனத்தில் ஒரே ஆனந்தப் பரவசம். அதே நேரம், தன் குருவை தான் காணப்போகிறோம் என்கிற உள்ளுணர்வு மறுபக்கம். அவ்வாறு நினைத்த சிறிது நேரத்தில், அந்த அறையில், அவர்தம் குரு ஸ்ரீயுக்தேஸ்வர், மனித உடலோடு அவருக்கு காட்சி கொடுத்தார். வியந்துபோன பரமஹம்ஸர், அவரை தொட்டுப் பார்த்தார். சாதாரண மனித உடலைப் போலவே அவருடைய உடலும் இருந்தது கண்டு பிரமித்துப்போனார்.

பின், குரு யுக்தேஸ்வர் பேசலானார். தன் ஆத்மா பிரிந்தது பற்றியும், பித்ரு லோகம், காரண லோகம் பற்றியும் விரிவாக எடுத்துரைத்தார்.

பக்குவம்பெற்ற ஞானிகள், தன் உடலை விடுத்து ஆத்ம சொரூபமாக வெளிவந்த பின்புகூட, அவர்கள் நினைத்தால், தான் விரும்பிய உருவத்தைத் தானே படைத்துக்கொள்ளும்

49

### எது ஞானம்?

சக்தியுடையவர் என்ற ஆச்சர்யமான செய்தியையும் கூறினார்.

பின், நீ அமெரிக்கா செல்ல தயங்க வேண்டாம். அதுவே உன் பிறவி நோக்கம். நீ எங்கிருந்தாலும், உன்னை நான் கவனித்துக்கொண்டேயிருப்பேன். உன் நிழலாய்த் தொடர்வேன் என உறுதியளித்து மறைந்தார். இந்த நிகழ்ச்சி, பரமஹம்ஸர் தான் எழுதியுள்ள 'யோகியின் சுயசரிதை' (தமிழாக்கம்) எனும் நூலில் குறிப்பிடப்பட்டுள்ளது. இன்னும் அநேக அதிசயங்கள், அவர் வாழ்வில் கண்டதோடு, உணர்ந்ததாகவும், அந்நூலில் குறிப்பிட்டுள்ளார்.

### காஞ்சிப் பெரியவாளின் வாழ்வில் நடந்த சம்பவம் :

காஞ்சிப் பெரியவா தெய்வத்தை நேரடியாகப் பார்த்தார் என்று உதாரணம் கூறினால், அது ஒன்றும் பெரிய விஷயமில்லையே என்று அவரை ஓரளவு அறிந்தவர் கூட சொல்லிவிடுவார்கள். ஏனெனில், அவரே ஒரு தெய்வம். எனவே, அவர் வாழ்வில் நடந்ததாகக் கூறப்படும், மற்றொரு சம்பவத்தை நாம் காண்போம்.

காஞ்சிப் பெரியவா பூஜை செய்யும்போது, அவர் மடியில் அருள்மிகு அம்பிகை பாலா, குழந்தை வடிவில் வந்து அமர்ந்து, தானும் சேர்ந்து பூஜை செய்யும் என்பது நம்பிக்கை. ஒரு தினம், அவர் மடத்தில் பூஜை செய்துகொண்டிருந்தபோது, அவருடைய ஆசிபெறுவதற்காக அங்கு வந்திருந்த கூட்டத்தினரில் ஒரு குழந்தை, தன் பாட்டியிடம் ஏதோ ஒன்றை கூறி, அடம்பிடித்துக் கொண்டிருந்தது. காஞ்சிப் பெரியவா, பூஜை செய்யும்போதே அந்தக் குழந்தையை அவ்வப்போது திரும்பிப் பார்த்தார். அந்தக் குழந்தையின் பாட்டிக்கு தர்மசங்கடம் ஆகிவிட்டது. காஞ்சிப் பெரியவா, என்ன நினைத்துக்கொள்வாரோ என்கிற பயம் வேறு. அந்த இக்கட்டான தருணத்தில், காஞ்சிப் பெரியவா அந்த பாட்டியைப் பார்த்து, குழந்தையை அழைத்துவரும்படி சைகை காட்டினார். உடனே, குழந்தையை அழைத்துக்கொண்டு அந்த மூதாட்டி பெரியவாவிடம் சென்றார்.

பெரியவா குழந்தையைப் பார்த்து, என்ன வேண்டும் எனக் கேட்டார். அதற்கு அந்தக் குழந்தை, காஞ்சிப் பெரியவரின் மடியில் அமர்ந்துள்ள குழந்தை பச்சைப் பாவாடை உடுத்தியுள்ளதாகவும், அதுபோல் தனக்கும் வேண்டும் என்றும் கேட்டது. பாட்டி குழந்தை பிதற்றுகிறது என்று எண்ணி, ஒன்றும் பேச இயலாமல் வாயடைத்து நின்றார்.

ஆனால் காஞ்சி மகானோ, மடத்துப் பணியாளை வரச்சொல்லி, குழந்தை கேட்பதுபோல் அதே நிறமுள்ள பட்டுப்பாவாடை வாங்கி வரச்செய்து, குழந்தைக்கு உடுத்தச் செய்து, தன் மடியில் அமர்த்தி தொடர்ந்து பூஜை செய்தார். பாட்டிக்கு, தன் பேத்திக்கு கிட்டிய பாக்கியம் குறித்து, சந்தோஷம் தாங்கமுடியவில்லை. எவ்வளவு புண்ணியம் செய்ததோ, இந்த இளம் வயதிலேயே இப்படியொரு பாக்கியம், இந்தக் குழந்தைக்குக் கிட்டியுள்ளதே எனப் பூரித்துப்போனார். பூஜை முடிந்தவுடன் பிரசாதம் பெற்றுக்கொண்டு குழந்தையை அழைத்துக்கொண்டு வீட்டிற்குச் சென்றார்.

சம்பவம் நடந்து சில மாதங்கள் கழிந்த பிறகு, அந்தப் பாட்டி காஞ்சிப் பெரியவாவை தரிசிக்க மடத்திற்கு வந்திருந்தார். அப்போது, அவர் முகத்தில் தாளமுடியாத சோகமும் கண்களில் நீருடனும் பார்த்த பெரியவா, என்ன விஷயமென்று எதுவுமே தெரியாததுபோல் கேட்டார். அதற்கு அந்தப் பாட்டி, தன்னுடன் வந்து பிரசாதம் பெற்றுச் சென்ற தன் பேத்தி, சில நாட்களுக்கு முன் இறந்துவிட்டதாகத் தெரிவித்து தேம்பி அழுதார். காஞ்சிப் பெரியவா, சற்று அமைதிகாத்து பின் பேசத் தொடங்கினார்.

"என் மடியில் அமர்ந்த குழந்தையைத் தான் பார்த்ததாக உன் பேத்தி கூறியது உண்மைதான். அது வேறு யாருமில்லை. நான் பூஜை செய்யும்போது, என் மடியில் வந்து அமர்ந்துகொள்ளும் தெய்வம் பாலாம்பிகைதான். தெய்வத்தையே நேரில் பார்க்கும் பாக்கியம் பெற்ற உன் குழந்தைக்கு, அதன் கர்மவினை தீர்ந்து, முக்திபெறும் சமயம் வந்துவிட்டது என்பதை நான் அப்போதே அறிவேன். இருந்தாலும், தெய்வரகசியத்தை முன்கூட்டியே தெரிவிக்கக்கூடாது என்றுதான் நான் மௌனமாக, குழந்தை விருப்பப்படி செய்தேன்" என்றார்.

மேற்சொன்ன உதாரணங்களின் மூலம், தெய்வதரிசனம் என்பது மகான்களுக்கு மட்டுமல்ல, சாதாரண குழந்தைக்குக்கூட சாத்தியம்தான் என்பதை நீங்கள் அறிந்திருப்பீர்கள்.

சுவாமி விவேகானந்தர் கருத்துப்படி, "எங்கும் நிறைந்த ஏகாந்த சக்தியான, இந்தப் பிரபஞ்ச சக்தியெனும் கடவுள், ஏன் தன் பக்தனுக்காக, அவன் அபிலாஷையைப் பூர்த்திசெய்வதற்காக, அவன் துதிக்கும் உருவம் ஏற்று ஸ்ரீராமனாகவோ, இயேசுவாகவோ, விஷ்ணுவாகவோ வரக்கூடாது? எல்லாம் வல்ல சக்தி படைத்த இறைவனுக்கு, ஒரு உருவை ஏற்று காட்சியளிப்பது என்பது இயலாத

51

**எது ஞானம்?**

செயலா?

எங்கும் நிறைந்த காற்றினை குடுவையினுள் செலுத்தினால், அந்தக் குடுவையின் எல்லைக்குள் காற்று அடங்கிப்போகிறது. தண்ணீரை குறிப்பிட்ட உருவமுடைய பாத்திரத்தில் நிரப்பி உறையவைத்தால், பனிக்கட்டியாக மாறும்போது, அந்தப் பாத்திரத்தின் உருவத்தையே அடைகிறது. அது போலவே பகவானும், பக்தனின் அன்புக்கு இரங்கி, அவன் துதிக்கும் உருவத்தில் உறைந்து காட்சி கொடுக்கிறான் என்கிறார்.

எனவே 'தெய்வதரிசனம்' என்பது சாதாரண மனிதராய் வாழும், உண்மையான உள்ளம் படைத்த பக்திமான்கள் முதல் ஞானிகள் வரை அனைவருக்கும் சாத்தியமே. ஆனால், 'ஞானம்' என்பதற்கும், தெய்வ தரிசனத்திற்கும் எவ்வித சம்பந்தமுமில்லை.

ஏனெனில், அடியேன் ஏற்கெனவே மேற்கோள்காட்டிய ஞானிகள், ஜே.கே. ஓஷோ போன்றோர் தெய்வதரிசனம் பெற்றதாக வரலாறு ஏதும் இல்லை.

ஞான சூரியன் ஓஷோ அவர்கள் கூற்றுப்படி, "கடவுள் என்பது ஒரு சொல்லே தவிர, அப்படி எதுவும் இல்லை. அதை ஒரு பொருளாக, உருவகமாகப் பார்க்காமல் ஒரு நல்ல தன்மையாக அல்லது உண்மையாக நோக்க வேண்டும்" என்றார்.

ஜே.கே. அவர்களும், "மனிதன் தான் கடவுளைப் படைத்தானே தவிர, கடவுள் என்று ஏதும் இல்லை. இந்த வாழ்க்கை வாழ்ந்து முடிந்ததும், ஒரு நீர்க்குமிழி வெடித்துச் சிதறியதும், அதில் உள்ள நீர் காற்றோடு கரைந்து மறைவதுபோல், நம் உயிர் பிரிந்துபோனதும் நாமும் ஒன்றும் இல்லாமல் மறைந்துபோகிறோம்" என்பது அவருடைய நம்பிக்கை மற்றும் தத்துவம்.

எனவே இதுவரை நாம் பார்த்தவரையில், ஆவலோடு கேட்க விரும்பும் 'முக்கால ஞானம்' என்பதும், தெய்வத்தின் நேரடி தரிசனமும் ஞானத்தைச் சேர்ந்தது அல்ல என்பது தெளிவாகிறது.

பின் எதுதான் ஞானம்?

'ஞானம்' என்ற தலைப்பில் நாம் பேசத் தொடங்குவதற்கு முன்பு சாக்ரடீஸைப் பற்றி முதலில் பார்ப்போம்.

இந்து மத சரித்திரம், பல்லாயிரம் ஆண்டுகளாக ஞானம் மற்றும் யோகம் இவ்வுலகில் இருந்து வந்திருக்கிறது என்று எடுத்துரைத்தாலும், உலக சரித்திரம் என்னவோ, அடியேன் அறிந்த வரையில் 'சாக்ரடீஸ்'தான் அதன் ஆரம்பக்களம் என்று கூறுகிறது.

கிரேக்க நாட்டின் படை வீரராக வாழ்ந்த சாக்ரடீஸ், சில காலம் ராணுவத்தில் பணிபுரிந்த பின் தன்னுள் ஏற்பட்ட ஆழ்ந்த தேடலின் காரணமாக, பணியை உதறித்தள்ளிவிட்டு தன்னைத் தானே ஆராயும் ஒரு தத்துவவாதி ஆனார்.

கண்ணுக்குத் தெரியாத ஒரு பொருளை கண்டறிவதிலும், கண்ணுக்கெட்டாத தூரத்தில் இருக்கும் வானத்தில் மறைந்துள்ள ரகசியங்களை ஆராய்ச்சி செய்யத் துடிக்கும் மனிதர்களைப் பார்த்து, "உன்னை யாரென்று நீயே அறிந்துகொள்" என்று கூக்குரலிட்டார்.

சர்வ ஸதா காலமும், தனக்குத் தானே அந்தக் கேள்வியை கேட்டுக் கொண்டார். அதற்கான விடையாக தனக்குள் இருந்து வெளிவரும் உண்மைகளையும் கிரேக்க மக்களுக்கு எடுத்துரைத்தார்.

ஒருநாள் சந்தைக்குச் சென்ற சாக்ரடீஸ், திடீரென்று அவருக்குள் 'தான் யார்' என்ற கேள்வி உதித்தவுடன், அதற்கான விடை தேடி வழக்கம்போல தனக்குள்ளே ஆழ்ந்து சென்றார். ஓரிடத்தில் நில்லாது, சிந்தித்துக் கொண்டே சந்தையில் அங்குமிங்குமாக நடந்துகொண்டிருந்தார். அந்த வழி வந்த காவலர் ஒருவர், சாக்ரடீஸைப் பார்த்து "யார் நீ?" என்று கோபமாகக் கேட்டார்.

அதைக் கேட்டவுடன் சாக்ரடீஸ், சர்வ சாதாரணமாக, "நானும் அதைத்தான் 40 வருடங்களாகத் தேடிக்கொண்டிருக்கிறேன். பல காலமாக விடை தெரியாமல் தவித்துக்கொண்டிருக்கிறேன். நீங்களும் அதே கேள்வியை என்னிடம் கேட்டால், என்னிடம் என்ன பதில் உங்களுக்கு கிடைக்கும்?" என்று திரும்ப அவரையே கேள்வி கேட்டார். இப்படி பல சம்பவங்கள் அவர் வாழ்வில்.

அவர் பேசிய பேச்சில் இருந்த உண்மையும் புதுமையும் அநேக கிரேக்க இளைஞர்களைக் கவர்ந்தது. எனவே, எப்பொழுதும் அவரைச் சுற்றி ஒரு இளைஞர் கூட்டம், அவருடைய தத்துவப் பேச்சுக்களைக் கேட்க கூடியிருந்தனர். அதைப் பார்த்த கிரேக்க நாட்டின் பழமைவாதிகள் எனப்படும் உருவ வழிபாடுதனை ஆதரித்த கோயில் குருக்கள் மற்றும் அரச குருமார்களுக்கு, அவர் மேல் பொறாமையும் கோபமும் ஏற்பட்டது.

மேலும், சாக்ரடீஸின் தத்துவங்கள், "கிரேக்க மக்களால் கண்மூடித்தனமாக பின்பற்றப்பட்ட, அர்த்தமற்ற தெய்வ வழிபாட்டை தவறு" என்று சுட்டிக்காட்டியது. அதனால் சினமுற்ற பழமைவாதிகள், அந்நாட்டு அரசரிடம் முறையிட்டனர்.

## எது ஞானம்?

அரசருக்கும் தன் குரு கூறும் அறிவுரையை ஏற்று செயல்பட வேண்டிய கட்டாயம் இருந்ததால், சாக்ரடீஸை விசாரணை செய்தார். சாக்ரடீஸ் சொல்வதெல்லாம் பொய்யென ஒப்புக்கொள்ளும்படி ஆணையிட்டனர்.

ஆனால் சாக்ரடீஸோ, "நான் இங்கு நீதி கிடைக்கும் என்று நம்பியே வந்தேன். ஆனால், நீதியைக் காக்கவேண்டிய மன்னனும் மற்ற நீதிபதிகளும் ஒரு உண்மையைப் பொய்யென்று ஒப்புக்கொள்ளச் சொல்வது எனக்கு ஆச்சர்யமாக உள்ளது. அந்தத் தவறை நான் ஒருபோதும் செய்யமாட்டேன்" என்று கூறிவிட்டார்.

அரசுக்கும், நாட்டின் மத நம்பிக்கைக்கும் எதிராக செயல்பட்டார் என அவர்மீது குற்றம் சாட்டப்பட்டது. அவருக்கு விஷம் கொடுத்து கொல்லும்படி உத்தரவிடப்பட்டு, சிறையில் அடைக்கப்பட்டார்.

என்ன காரணத்தாலோ அவர் மரண தண்டனை, ஓரிரு மாதங்கள் தாமதமாகவே நிறைவேற்றப்பட்டது. அவருக்குக் கொடுக்கப்படும் விஷத்தின் தன்மை என்னவென்றால், விஷம் அருந்திய பின் கால் பகுதியில் இருந்து தொடங்கி, ஒவ்வோர் உறுப்பாக செயல் இழக்கும். சாக்ரடீஸ் விஷம் அருந்தும்போது, தண்டனையின்படி நின்றுகொண்டே விஷம் அருந்த வேண்டும். அவரால் நிற்க இயலாத சூழ்நிலை ஏற்பட்டவுடன், படுத்துக்கொள்ளலாம். இதுவே அவருக்கு அரசால் விதிக்கப்பட்ட தண்டனையின் விவரம்.

மரண தண்டனை நிறைவேற்றப்படும் நாளும் வந்தது. அதற்குள், அநேக கிரேக்க மக்கள் அவர் உண்மையானவர் என்பதையும், அவர் கூறுவதில் உண்மையுள்ளது என்றும் அறியத் தொடங்கினர். அவர்களில் ஒருவர்தான் சிறைக்காவலர். அந்தக் காவலர், விஷம் கொடுக்கும் முன் சாக்ரடீஸைப் பார்த்து, "ஒருமுறை நீங்கள் பேசியது தவறு. அதில் உண்மையில்லை என்று ஒப்புக்கொண்டால், நான் உங்களைக் காப்பாற்ற முயற்சிக்கிறேன்" என்றார்.

ஆனால், சாக்ரடீஸோ, "நீ தாமதிக்கும் ஒவ்வொரு நிமிடமும், உன் கடமையை செய்யத் தவறியவன் ஆகிறாய். எனவே, உடனே உனக்கு கொடுக்கப்பட்ட அரசாணையை நிறைவேற்று" என்றார். சாக்ரடீஸுக்கு விஷம் தரும் வேளையில், அவருடைய சீடர்கள் அவர்களைக் காண அனுமதிக்கப்பட்டிருந்தனர். சாக்ரடீஸ் கோப்பையில் இருந்த விஷத்தை வாங்கி தானே அருந்தினார்.

சிறிது நேரத்தில், விஷம் உடல் முழுவதும் பரவியது. சாக்ரடீஸால் நிற்க இயலாமல் படுத்துக்கொண்டார். உயிர் பிரியும் கடைசி தருணமும் வந்தது. அவர் எவ்வித கலக்கமுமின்றி காணப்பட்டார்.

அவரிடம், அவர் சீடர்களால் ஒரு முக்கியமான கேள்வி கேட்கப்பட்டது.

"குருவே, தாங்கள் உயிர் பிரியும் இந்த நிலையில், நீங்கள் உடம்பா அல்லது மனதா, இல்லை அதற்கும் அப்பாற்பட்ட ஏதேனும் ஒன்றா என்பதை அறிந்திருப்பீர்கள். எனவே, நீங்கள் மரணிக்கும் முன் அந்த உண்மையை எங்களுக்கு தெரிவித்தால், நாங்கள் உலகத்தார்க்கு தெரியப்படுத்துவோம்" என்றனர்.

அதைக் கேட்ட சாக்ரடீஸ் சற்று வேதனையுடன், "என் வாழ்நாளில் 40 வருடங்களுக்கும் மேலாக, உங்களுக்கெல்லாம் எவ்வளவோ நல்ல தத்துவங்களையும் அறிவார்ந்த உண்மைகளையும் எடுத்துக் கூறினேன். ஆனால், நீங்கள் கேட்கும் கேள்வியிலிருந்து, நீங்கள் இன்னும் அறியாமையில் இருக்கிறீர்கள் என்பதை தெரியப்படுத்திவிட்டீர்கள்.

'நான் யார்' என்கிற உண்மையானது, என் உயிர் இந்த உடலைவிட்டுப் பிரிந்த பின்புதான் எனக்கே தெரியவரும். அதைத் தெரிந்துகொள்ளும் ஆவலில், என் உயிர் பிரியும் தருணத்தை நான் எதிர்பார்த்துக் கொண்டுள்ளேன். இந்தச் சூழ்நிலையில், நான் உயிருடன் இருக்கும்போதே, நான் இறந்தபின் எனக்கு தெரியப்போகும் உண்மைதனைக் கூறுங்கள் எனக் கேட்பது எவ்வளவு அறிவீனம்" என்று கூறி சில நிமிடங்களில் இறந்துபோனார்.

'ஞானத் தேடல்' என்கிற மிகப்பெரிய வரலாற்றில், ஒரு முக்கியமான அத்தியாயம் நிறைவடைந்தது. அதன்பின், அவரின் சீடர் பிளேட்டோ மற்றும் பிளேட்டோவின் சீடர் அரிஸ்டாட்டில் ஆகியோர், உலகப் புகழ்பெற்ற ஞானிகளாக உருவாகினர். அவர்கள் மூலமாகவே, சாக்ரடீஸைப் பற்றிய உண்மைகளும் அவரின் தத்துவங்களும் உலகிற்கே தெரியவந்தன.

### ஞானத்தேடல் :-

ஞானத் தேடல் என்பது கடவுளிடமிருந்து மனிதகுலம் தழைக்கவேண்டி, நேரடியாக வழங்கப்பட்டதாக நம்பப்படும் "ரிக், யஜுர், ஸாம, அதர்வண" என்கிற நான்கு வேதங்களில்

எது ஞானம்?

தொடங்கியது. பின் அந்த வேதத்திற்கு விளக்கம் கூறிய பலரில், பதஞ்சலி மகரிஷியால் இயற்றப்பட்ட 'பதஞ்சலி சூத்திரம்' என்கிற விளக்க நூல் அதிக பிரசித்தி பெற்றது.

அதன்பின், பகவான் ஸ்ரீகிருஷ்ணரால் உரைக்கப்பட்ட 'பகவத்கீதை' என்னும் ஞான நூல் உலகப் பிரசித்திபெற்றுள்ளது.

பின் புத்தர், மகாவீரர், இயேசுகிறிஸ்து, ரமண மகரிஷி முதலான ஞானப் பரம்பரையின் ஞானத் தேடல் தொடர்ந்து வந்தது. பல்லாயிரக்கணக்கான ஆண்டுகளாய், ஞானமும் அதற்கான விளக்கமும், அதை அடையும் வழிமுறைகளும் போதிக்கப்பட்டு, நூல்களாக எழுதப்பட்டு வந்துள்ளன. இருப்பினும், ஒரே விஷயத்தை அலுப்புத் தட்டாமல், திரும்பவும் எடுத்துக்கொண்டு எத்தனையோ நூலாசிரியர்கள் எழுதுகின்றனரே என்ன காரணம்?

ஏற்கெனவே தத்துவங்கள் மலையெனக் குவிந்திருந்தாலும், மேலும், அதிகமாக்கிக்கொண்டே செல்வதால் என்ன பயன்?

இதுபோன்ற கேள்விகள் அநேகம் பேருக்கு வருவது சகஜமே.

இதற்கான விளக்கத்தை மிகவும் எளிமையான மற்றும் எல்லோரும் அறிந்த ஓர் உதாரணத்தின் மூலம் பார்க்கலாம். கோயில்களில், திருவிழாக் காலங்களில், பல நிகழ்ச்சிகள், பல நூறு வருடங்களாகத் தொடர்ந்து கொண்டாடப்படுகிறது. குறிப்பாக தைப்பூசத் தேர், ஸ்ரீ அழகர் ஆற்றில் இறங்குதல், மீனாட்சி திருக்கல்யாணம், திருவண்ணாமலை தீபம் என எடுத்துக்கொள்ளலாம். ஜனங்களும் பெருந்திரளாக, வருடா வருடம் அதில் கலந்துகொள்கின்றனர்.

ஒரே விஷயம்தானே, அதை ஏன் வருடா வருடம் சலிப்பில்லாமல் தொடர்ந்து கொண்டாட வேண்டும் என்று கேட்டால், "குழந்தையும் தெய்வமும் கொண்டாடும் இடத்தில்தான் வந்து நிற்கும்" என்கிற பதில் வரும்.

அது ஒரு வகையில் உண்மைதான் என்றாலும், அதுவே கொண்டாட்டத்திற்கான முழுக் காரணம் ஆகாது. உண்மை என்னவெனில், வருடந்தோறும் எத்தனையோ மனிதர்கள் உலகைவிட்டு மறைந்தும், எத்தனையோ ஜீவன்கள் உலகில் புதிதாகப் பிறந்தும், தலைமுறையானது நாம் அறிந்தும், அறியாமலும் நம் கண்முன்னே மாறிக்கொண்டே வருகிறது. இன்றைய குழந்தை, சில வருடங்களில் இளைஞனாகவும், இன்றைய இளைஞன் குடும்பஸ்தனாகவும், பின் முதியவனாகவும் மாறிவிடுகிறான். "மாறுகின்ற இந்த உலகில், மாறாது இருப்பது மாற்றம் ஒன்றுதான்."

அதுபோல, "மாறுகின்ற உலகில், மாறாது இருப்பது உண்மை ஒன்றுதான்" அதுதான் இறைவனும் அவன் தொடர்பான தத்துவங்களும்.

மாறுகின்ற தலைமுறைகள் அறிந்துகொள்ள வேண்டி கோயில் திருவிழாக்கள் தொடர்ந்து நடத்துவது போல, "மாறாத உண்மையான இறைவனும் அவன் தத்துவமும் மாறுகின்ற தலைமுறைகள் அறியாது போய்விடக் கூடாது" என்ற காரணத்தால்தான். திரும்பத் திரும்ப ஏதேனும் குருமார்கள் மூலமாகவும், ஞானிகள், யோகிகள் மற்றும் நூலாசிரியர்கள் மூலமாகவும் இறைவன், தன்னைத் தானே வெளிப்படுத்துகிறான்.

மலையென தத்துவங்கள் இருப்பினும், அதைத் தேடிச் சென்று ஆராய்ந்து, அதன் சாரத்தைக் கண்டறிந்து, உண்மையை உலகுக்குச் சொல்ல பெரும் சிரத்தை வேண்டும். இல்லையேல், பல நூறு ஆண்டுகளாய் குவிந்துள்ள தத்துவங்கள், மக்கிப் போய், மண்ணோடு மண்ணாக மறைந்துபோகும். நாம் தங்கத்தை மிகவும் நேசிக்கிறோம். அதைப் பெறுவதற்காக, பல போராட்டங்கள், உழைப்பு, முயற்சிகள் செய்து அதைப் பெற்றதும், நமக்கு மிகவும் மகிழ்ச்சி உண்டாகிறது. அதன் காரணம் என்னவென்றால், இந்த உலகமே தங்கத்திற்கு கொடுக்கும் மரியாதையை, வேறெந்தப் பொருளுக்கும் கொடுப்பதில்லை.

ஒரு நாட்டின் பணம் என்று மதித்து பாதுகாக்கப்படும் செல்வமானது, வேறு நாட்டில் செல்லாத வெறும் தாளாக மாறிவிடுகிறது. ஆனால், தங்கம் உலகத்திற்கே பொதுவான செல்வம். அதன் கையிருப்பைக் கொண்டே, ஒரு நாட்டின் பணமதிப்பு கணக்கிடப்படுகிறது என்றால், அதன் மரியாதை பற்றி சொல்லவும் வேண்டுமா?

அப்பேர்பட்ட தங்கத்தை நாம் கடைகளில் சென்று விலை கொடுத்து வாங்கவும், விற்கவும் முயற்சி செய்கிறோமே தவிர, அது எங்கு கிடைக்கிறது, எப்படி உபயோகத்திற்கு வருகிறது என்பதை யோசிப்பதில்லை.

ஆனால், ஒரு சிலர் மட்டுமே தங்கம் கிடைக்கும் பகுதியை தேடிக் கண்டறிந்து, அதற்காக சுரங்கத்தை அரும்பாடுபட்டு அமைத்து, வெளிக் கொணர்ந்து சுத்தப்படுத்தி நம் உபயோகத்திற்காகக் கொடுக்கின்றனர்.

அதுபோலவே, ஞானிகளும், மகான்களும் தங்கத்தை விடவும்

### எது ஞானம்?

உயர்ந்த விலை மதிப்பே இல்லாத தத்துவங்களை கண்டறிந்து, வெளிக்கொணர்ந்து உலகுக்கு கொடுத்துக்கொண்டு இருக்கின்றனர்.

"சரி, இத்தனை காலமும், இவ்வளவு எடுத்துச் சொல்லியும், 'ஞானம்' பெற்றவர்கள் எத்தனை பேர் என்று பார்த்தால், சில ஆயிரம் பேர் என்று கூட சொல்லிவிட முடியாது. உலகம் தோன்றிய காலம் முதல், எத்தனை நூறு கோடி மனிதர்கள் தோன்றியும், மறைந்தும் உள்ளனர் என்பதைக் கண்டறிவதே இயலாத காரியம். அத்தனை கோடிகளில், ஞானம் பெற்றோரில் பலர், வெளி உலகுக்குத் தெரியாமலே, இறைவனுடன் கலந்துவிட்டவர்கள்.

சரித்திரத்தால் கண்டறியப்பட்ட 'ஞானிகளை' விரல் விட்டு எண்ணிவிடலாம்.

'ஞானிகள்' என்பவர் வேறு, மகான்கள், யோகிகள் என்பவர்கள் வேறு.

நல்லொழுக்கமும், தவமும், பக்தியும், நல்லறிவும் உடையோர் மகான்கள் எனப்படுகின்றனர்.

மனச் சமநிலையுடன், தேக ஆரோக்கியத்தையும் பேணி, ஆசையை விடுத்து தவம் இயற்றுவோர் யோகிகள் எனப்படுகின்றனர்.

இவர்கள் இருவருமே ஞானத்தை அடைய முயற்சி செய்பவர்களே அன்றி ஞானிகள் என்று கூற இயலாது.

'ஞானம்' பற்றி பலநூறு பக்கங்கள் விளக்கம் கொடுக்கும் மகா பண்டிதர்கள் கூட 'ஞானம்' பெற இயலுமா என்றால் அது சந்தேகமே.

"நீங்கள்தான், ஞானம் என்பது எல்லோருக்கும் பொதுவானது, அடையக்கூடியது, அடுத்த பிறவிக்காகக் காத்திருக்க வேண்டியதில்லை. இந்தப் பிறவியிலேயே அடையலாம்" என்றெல்லாம் இப்புத்தகத்தின் ஆரம்பத்தில் கூறினீர்கள். இப்போது நீங்கள் சொல்வதைப் பார்த்தால், 'ஞானம்' என்பது மகா யோகிகளுக்கும் விவேகிகளுக்கும் கிட்டாத ஒன்று என்றால், சாதாரண மனிதருக்கு எப்படி சாத்தியம்? என்ற கேள்வி உங்களுக்கு தோன்றும். அதற்கான விளக்கத்தையும் கூறுகின்றேன். "தேன் சுவை அலாதியானது. மிகவும் இனிப்பானது" என்பதை அறிய பலநூறு புத்தகங்கள் படிக்கவேண்டிய அவசியமில்லை.

அதற்குப் பதிலாக, "ஒரு துளி தேனை எடுத்து நாவில் இட்டு சுவைத்தால், தேனின் சுவை எப்படியிருக்கும், இனிப்பு என்றால் என்ன என்பது புரிந்துவிடும்." அதுபோலத்தான் 'ஞானம்' என்பது.

அது அடையப்படவேண்டிய ஒரு பொருள் அல்ல. அறிவு என்பது அடையப்பட வேண்டியது. எப்படியென்றால், நீங்கள் ஒரு வாகனத்தை ஓட்டிப் பழக வேண்டும் என்று நினைக்கிறீர்கள். உடனே பயிற்சி வகுப்பில் பயிற்சி எடுத்து, பின் நீங்களே சிறிது சிறிதாக ஓட்டிப் பழகுகிறீர்கள். சில மாதங்கள் ஆன பின்பு நீங்கள் அதில் கை தேர்ந்தவர் ஆகிவிடுகிறீர்கள்.

சில மாதங்களுக்கு முன்பு நீங்கள் அறிந்திராத ஒரு கலை, இப்போது உங்கள் தொடர் முயற்சி மற்றும் பயிற்சியின் மூலம் உங்களின் அறிவாக, அனுபவத்தின் மூலம் மாற்றப்பட்டு, உங்கள் மூளைப்பகுதியில் பதியப்பட்டுவிடுகிறது. இப்போது, நீங்கள் வாகனத்தை ஓட்டும் அறிவை அடைந்துவிட்டீர்கள்.

அதுபோலவே மருத்துவம், பொறியியல், விஞ்ஞானம், கணிதம், வானவியல் என்று எந்தத் துறையில் உங்களின் ஆர்வம் அதிகமாகிறதோ, அந்தத் துறை சம்பந்தமான கல்வி மற்றும் அனுபவத்துடன் நீங்கள் நிபுணர் ஆகிறீர்கள். அதன் அறிவை அடைந்துவிடுகிறீர்கள்.

ஆனால் 'ஞானம்' என்பது அதுபோல நம் மூளையில் சேகரிக்கப்படும் ஒரு அறிவுக் குவியல் அல்ல. அது ஒரு அனுபவம். அதனால்தான் ஞானத்தைப்பற்றி

"கண்டவர் விண்டிலர்

விண்டவர் கண்டிலர்" என்பர்.

அதாவது ஞானத்தை அடைந்தவரால், அந்த அநுபவத்தை வார்த்தையால் விவரிக்க இயலாது. அதை விவரமாக எடுத்துச் சொல்பவர்கள் எல்லாம், ஞானத்தில் அனுபவம் பெற்றவர்கள் ஆகிவிட முடியாது.

"பின் எதற்கு இவ்வளவு நூல்கள், விதிமுறைகள், தியானம், யோகம், பயிற்சி வகுப்புகள் எல்லாம்?" என்று அடுத்த கேள்வி எழும். இதற்கான பதிலை ஒரு வரியில் சொல்லிவிடலாம்.

"ஞானம் என்பது ஆர்வத்துடன் முயல்வதால் மட்டும் கிடைத்து விடாது.

ஆர்வமும் முயற்சியும் இல்லையென்றால் கிடைக்கவே கிடைக்காது."

"கர்மாவைச் செய், பலனை எதிர்பார்க்காதே"

இன்னும் ஆழமாகச் சொன்னால்,

### எது ஞானம்?

"உண்மையைத் தேடாதே. உண்மையாகவே மாறிவிடு" என்ற ஓஷோவின் வார்த்தைகள், ஞானப் பாதையைத் தேர்ந்தெடுத்து நடந்து செல்லும் ஞான சாதகர்களுக்கு மிகச் சரியாகப் பொருந்தும்.

இதைப் புரிந்து செயல்பட்டால், விஷயம் எளிது. புரியாமல் செயல்பட்டால்?

"ஊருக்கெல்லாம் உபதேசம் கூறிவிட்டு, தர்மதானங்கள் செய்து, நல்லவன் என்று பெயர் எடுத்த பலர், உண்மையாக இல்லையென்றால் என்ன உபயோகம்?

உண்மைதானே கடவுள். அதை அடையத்தானே இவ்வளவு போராட்டங்களும், தத்துவங்களும். நீங்களே உண்மையாக மாறிவிட்டால், அதுதான் ஞானம்.

உங்களுக்குள் உள்ள வஞ்சனை, பொய், பொறாமை, பழிவாங்கும் உணர்வு, காமம், கோபம், பயம், ஆத்திரம் என்று எத்தனையோ உருவங்களில் வாழ்ந்துகொண்டிருக்கும் தீமை எனும் மாயைதனை கைவிட்டுவிட்டால், நீங்களே ஞானமாக மாறிவிடுவீர்கள்.

நமக்குள் ஏற்படும் தீய உணர்வுடன், அது தோன்றும் விதம், அதை எப்படிச் சரிசெய்வது, எப்படி எதிர்மறை எண்ணங்களிலிருந்து சிறிது, சிறிதாக விலகி, நேர்மையுடன் வாழ்வது போன்ற வழிமுறைகளை, கற்றுத்தருவதுதான் யோகம், தியானம் மற்றும் பல பயிற்சி முறைகள்.

ஞானம் அடைந்த அல்லது அதை அடைவதற்கான வழிமுறைகளைப் பயின்ற குருமார்களின் பணி என்னவென்றால்,

"எதை நாம் செய்ய வேண்டும், எதை செய்யக்கூடாது" என வழிகாட்டுவது மட்டுமே தவிர, ஞான அனுபவம் என்பது அவரவர்க்கு ஏற்படும் ஓர் உயர்நிலை.

### பட்டினத்தார்

ஆயிரம் ஆண்டுகளுக்கு முன் வாழ்ந்த மகா ஞானி பட்டினத்தார் அவர்கள், மிகப்பெரும் செல்வந்தர். அரசரே வியக்கும் வகையில் செல்வம் படைத்த வணிகர். மிகச் சிறந்த மனிதர், சிவபக்தர், குழந்தை இல்லை என்று, இறையருளால் கிடைக்கப்பெற்ற மருதவாணர் என்கிற ஆண்பிள்ளையை வளர்த்துவந்தார்.

ஒருமுறை அரசர் வீதி உலா வந்தபோது, பட்டினத்தார் வீட்டில் மட்டும் வெள்ளியினால் செய்யப்பட்ட கதவு பொருத்தப்பட்டிருந்ததைக் கண்டு மன்னர் கோபமுற்றார்.

அரண்மனைக்கே வெள்ளிக்கதவு பொருத்தப்படவில்லை. ஒரு வியாபாரி வீட்டில் வெள்ளிக் கதவா?

உடனே ஒரு ஆணையிட்டார். நாளை முதல் யார் வீட்டிலும் வெள்ளிக்கதவு பொருத்தப்படக்கூடாது என்றார். சில தினங்கள் சென்று, வீதி உலா வரும்போது பட்டினத்தார் வீட்டை நோட்டமிட்டார். இன்னும் மன்னருக்கு வியப்பு அதிகமாகி விட்டது. என்னவென்றால், இப்போது தங்கத்தால் செய்யப்பட்ட கதவு பொருத்தப்பட்டிருந்தது. அப்பேர்பட்ட செல்வந்தர் பட்டினத்தார்.

அவர்தம் வளர்ப்பு மகன் வாலிபப் பருவமடைந்து, கடல் கடந்து சென்று வியாபாரம் செய்து திரும்பினார். தன் மகன் பொன்னும் பொருளும் கொண்டு வருவான் என்று எதிர்பார்த்த பட்டினத்தார் ஏமாற்றமடைந்தார். தன் மகன் கொண்டு வந்த மூட்டையைப் பிரித்துப் பார்த்தால், வெறும் சாணத்தால் செய்த விராட்டிகள் மட்டுமே இருந்தன. கோபத்தால் தன் மகனைத் திட்டினார்.

ஆனால் அவர் மகனோ, சிறிதும் கவலையுறாது, பட்டினத்தார் கையில் ஒரு பெட்டியைக் கொடுத்துவிட்டு நகர்ந்தார். அதைப் பிரித்துப் பார்த்தால், ஒரு காதற்ற ஊசியும், ஒரு ஓலையும் இருந்தது. அந்த ஓலையில்,

"காதற்ற ஊசியும் வாராது காண் கடை வழிக்கே"

அதாவது, உயிர் பிரிந்தபின்பு, இந்த உடலை எடுத்துச் சென்று எரிக்கும்போது, காதற்ற ஊசி கூட நம்முடன் வாராது என்பதே அதன் பொருள் ஆகும்.

அதைப் படித்தவுடன் பட்டினத்தாருக்கு மனது ஏதோ செய்தது. மூட்டையில் இருந்த விராட்டியை எடுத்துப் பிய்த்துப் பார்த்தால், மாணிக்கம், வைரம், வைடூரியங்கள் உள்ளே புதைந்திருந்தன.

அவர் மனம் ஆழமாக சிந்திக்கத் தொடங்கியது. நமக்குள்ளேயே விலைமதிப்பற்ற இறைவன் உயிராய் இருந்து நம்மை இயக்கிக் கொண்டுள்ளானே. அதைப்பற்றி சிறிதும் கவலைப்படாமல், வெந்து சாம்பலாகப்போகும் இந்த உடம்பையும், அதன் சுகத்தையும் நிலையில்லாத இந்த செல்வத்தையும் உண்மையென நம்பி வாழ்க்கையை வீணாக்கிவிட்டோமே!

இதை உணர்த்துவதற்காகத்தான் தன் பிள்ளை சாணத்தில் வைரத்தைப் புதைத்து எடுத்து வந்தானோ, அது புரியாமல் அவனைத் திட்டி அனுப்பிவிட்டோமே என்று வேதனையின் உச்சியில்

### எது ஞானம்?

ஏற்பட்ட ஒரு விரக்தியில், அவர் மனதின் உணர்வு நிலையில், மிகப் பெரிய மாற்றம் சற்றும் எதிர்பாராது நடந்தது. ஞானமடைந்து விட்டார் பட்டினத்தார். உண்மைதனை உணர்ந்துவிட்டார். அந்த நிமிடத்திலேயே அனைத்தையும் தூக்கியெறிந்துவிட்டு, வெறும் கோவணத்தை கட்டிக்கொண்டு புறப்பட்டார் என்பது வரலாறு.

இந்த நிகழ்வில் நாம் கவனிக்க வேண்டியது ஒன்று உள்ளது.

"காதற்ற ஊசியும் இறந்தபின்பு நம்முடன் கூட வராது" என்ற கருத்து மிகச் சிறந்த சிவபக்தர், அறிவாளியான பட்டினத்தாருக்கு அதற்கு முன் தெரியாதா? கண்டிப்பாகத் தெரியும். பின் எப்படி, அதைப் படித்தவுடன் அவருக்கு ஞானம் ஏற்பட்டது?

அவர், இளவயது முதலே சிவபக்தியுடன் உண்மையாக நேர்மையாக வாழ்ந்து, இறையருள் பெற்றவர். தனக்கு குழந்தை பாக்கியம் இல்லையென்று தன் மனைவியுடன் பல தீர்த்த யாத்திரைகள் சென்று, சிவாலயங்களைத் தரிசனம் செய்து வரும் வழியில்தான், இறையருளால் ஒரு மரத்தடியில் ஆண் குழந்தையைக் கண்டெடுத்து, அதுவே தனக்கு தெய்வம் தந்த பரிசு என்று கருதி வளர்த்து வந்தார்.

அவர் மனநிலை, தனக்கு குழந்தைபாக்கியம் கிட்டவில்லையென்றாலும், பிற குழந்தைதனை தன் குழந்தையாகப் பார்க்கும் அளவிற்கு உயர்ந்து நின்றது. பல தான தர்மங்கள் செய்து, ஒழுக்கசீலராக வாழ்ந்து, இறையருளால் ஞான நிலையை அடைவதற்கு, அதாவது உண்மை நிலை அடைவதற்கு, பல ஆண்டுகளாகத் தயாராகி வந்திருக்கிறார். சரியான தருணம் வந்தவுடன், இறையருளால் மருதவாணர் மூலம் அந்த நிகழ்வு நடைபெற்று, அவர் மனது முழு உண்மை நிலைக்கு மாறி ஞானமடைந்தார்.

ஞானமடைவது என்பது ஒரே நாளில் திடீரென பணக்காரர் ஆவதுபோல், கிடைக்கக்கூடிய ஒரு பொருள் அல்ல. அது படிப்படியாகப் பக்குவமடைந்து அடையப்படவேண்டிய ஒரு பக்குவ நிலை.

அந்த நிலைதனை எப்படி அடைந்தார் என்று பட்டினத்தாரிடம் கேட்டோமானால், அவர் தான் கடைப்பிடித்த பக்தி முறைகளையும், வாழ்வு நெறிகளையும், ஒழுக்கத்தையும் எடுத்துக் கூறுவாரே தவிர, அதன் காரணமாகவே 'ஞானம்' கிடைத்தது என்று அறுதியிட்டுக் கூற இயலாது. ஏனென்றால், பட்டினத்தார் போன்ற ஞானிகளை

ஆரம்பம் முதலே, இலைமறைக் காயாக நின்று, அவர் ஞானத்தை நோக்கி எடுத்துவைக்கும் முதல் அடியிலிருந்தே செயல்படுத்துவது எல்லாம் வல்ல இறைசக்தி.

"அவனன்றி ஓர் அணுவும் அசையாது" என்பார்.

"அவன் அருளாலே, அவன் தாள் வணங்கி" என்றும் கேட்டிருப்போம். அது உண்மை. மனித சக்தியால் எதையும், ஏன் அடுத்த நொடி என்ன நடக்கும் என்பதை உறுதியாகக் கூற முடியாதபடி, எதிர்காலம் என்பது இயற்கையால் ரகசியமாகவே வைக்கப்பட்டுள்ளது. அப்படியிருக்கும்போது, நாம் செய்யும் செயல் வெற்றிபெறும் என்று நம்பிக்கை வைக்கலாமே தவிர, "வெற்றி பெற்றே தீரும்" என்று உறுதிகூற இயலாது.

முயற்சி என்பது நம் கையில் உள்ளது. ஆனால், முடிவோ இறைவன் கையில் என்பர்.

ஆனால், அதுவும் சரியென்று சொல்ல இயலாது. ஏனெனில் முயற்சியென்பதே நம்மையறியாமலே இறைவன் அருளால்தான் தொடக்கி வைக்கப்படுகிறது. இந்த உண்மைதனை இறைவனை மிகச் சரியாக உணர்ந்தவர் மட்டுமே காண்பர். எனவே, அவனை வணங்குவதற்கும் அவன் அருள் வேண்டும்.

உதாரணத்திற்கு ஓர் ஆலயம் சென்று, இறைவனை அபிஷேக, ஆராதனை செய்ய முன்பதிவுசெய்து, அதற்காக வீட்டிலிருந்து கிளம்பிச்செல்கிறோம்.

1. அதற்கு உடல்நிலை ஒத்துழைக்க வேண்டும்.

2. எவ்வித தடையும் ஏற்படாமல் குறிப்பிட்ட நேரத்திற்கு ஆலயம் செல்ல வேண்டும்.

3. ஆலயம் சென்றபிறகு, இறைவனை வணங்குவதற்கு நம் உடலில் சக்தி வேண்டும்.

4. மனம் ஒருமைப்பட வேண்டும்.

இப்படி எல்லா செயல்களிலும் இறையருள் மறைவில் நின்று நம்மை காத்துக்கொண்டிருக்கிறது.

எனவே, 'ஞானமடைதல்' என்கிற மிகப் பெரிய அத்தியாயத்தின் முதல் பக்கத்தின் முதல்வரியிலிருந்து நிறைவுபடுத்தும் கடைசி வரி வரை எழுதும் ஆசிரியர் இறைவன் மட்டுமே.

ஞானம் அடைவதற்கான வழிமுறைகள் எப்படி உருவானது என்பதை விளக்கும் ஒரு நகைச்சுவையான கதை உண்டு.

நல்லொழுக்கமும் நற்பண்புகளும் வாய்ந்த வெகுளியான ஒரு மனிதர், தானும் ஞானம் அடைய வேண்டும் என்று ஆவலுற்றார். அதற்காக வெகுகாலம் குருவைத் தேடினார். தன் குருவைக் கண்டறிந்து, அவருக்கு சில காலம் சேவை செய்து, தனக்கு 'ஞானம்' அடையும் மார்க்கத்தை உபதேசம் செய்ய வேண்டும் என்று தொடர்ந்து நச்சரித்துக் கொண்டிருந்தார்.

அந்தக் குருவும் ஞானத்தை அடையும் வழியைத் தேடிக் கொண்டிருந்தார். அதற்கான ஆன்ம சாதனைகளைச் செய்துகொண்டிருந்தார். அவருக்கே, ஞானம் பெறுவதற்கான வழி தென்படாதபோது, சீடனுக்கு எப்படி உபதேசிப்பார். இருப்பினும் சீடனின் தொந்தரவு தாளாமல், அந்தச் சீடனை எப்படியாவது சமாளித்து தன் ஆசிரமத்தில் இருந்து வெளியே அனுப்பிவிட வேண்டும் என முடிவுசெய்தார். உடனே அந்தச் சீடனை அழைத்து, "நான் உனக்கு ஞான உபதேசம் செய்கிறேன். அதை நம்பிக்கையோடு, சிறிதும் மாறாது, மனந்தளராது பலகாலம் செய்துவந்தால், ஞானம் உறுதியாகக் கிட்டும்" என்றார்.

சீடனுக்கோ சந்தோஷம் தாளவில்லை. மிகவும் ஆர்வத்துடன் கேட்டான். அவன் காதில் குருவானவர் காயத்ரி ஜபத்தைச் சொல்லி, இங்கிருந்து வெகு தொலைவில் உள்ள ஒரு காட்டில், ஒரு ஆழமான கிணறு உள்ளது. அதன் உள்ளே இறங்கி, ஓரமாக அமர்ந்து, இரவு, பகல் பாராமல் நான் சொல்லிய மந்திரத்தை ஜபித்து வந்தால் உனக்கு ஞானம் கிட்டும் என்றார்.

சீடனும் அதை முழுமையாக நம்பி, காட்டினுள் சென்று ஒரு கிணற்றைக் கண்டறிந்து, உள்ளே இறங்கி, தன் தவத்தையும் ஜபத்தையும் தொடங்கினான். பல வருடங்கள் மனம் தளராது ஜபம் செய்துவந்தான். ஆனால், அவன் எதிர்பார்த்ததைப் போல் எந்தவொரு மாற்றமும் அவனுக்குள் ஏற்பட்டதாகத் தெரியவில்லை. மனம் வெறுத்து, விரக்தியின் உச்சிக்கே சென்றான். அந்தக் கிணற்றை விட்டு வெளியேறி, ஒரு பாறையில் நன்றாக கொதிக்கும் வெயிலில் படுத்துக்கொண்டான். இனி உயிர் வாழ்ந்து பயனில்லை. இறந்துபோகவேண்டியதுதான் என்று மாறாத வைராக்யத்தோடு, உடல் வெந்து புண்ணானபோதும் நகராது கிடந்தான்.

இறையருள் கனிந்தது. நான் கூறியதுபோல் நீங்கள் விளையாட்டாகச் செய்தாலும், இல்லை மூடநம்பிக்கையோடு செய்தாலும், ஞானத்தை நோக்கி நீங்கள் வைக்கும் ஒவ்வொரு அடியும் இறைவனால் எடுத்து வைக்கப்படுவதோடல்லாமல், உரிய

நேரம் வரும்போது, அதற்கான பரிபக்குவ நிலையை அடைந்தவுடன், அவனருளே, ஞானத்தைத் தந்துவிடும். அதுபோலவே அவனும் ஞானமடைந்தான். உலகறிந்த ஞானியாகிவிட்டான். அவன் ஞானம் பெறக் காரணம், அவன் கிணற்றினுள் இறங்கி செய்த ஜெபம்தான் என்று உறுதியாக நம்பினான். அவனுடைய நம்பிக்கையும் ஆர்வமும், தொடர்முயற்சியும் வைராக்கியமும், அவனுள் மறைந்திருந்த வெகுளித்தனமும், இறையருளை கனியச் செய்தது என்பதை அவனால் அறிய இயலவில்லை. அவர்தான் ஒரு ஞானியாயிற்றே. அவருக்கு அதுகூடவா தெரியாது? என்று உங்கள் மனதினுள் கேள்வி எழலாம்.

அப்படி அதற்கான வழிமுறைகள் இன்னதென்று ஞானிகளால் அறிந்து வரையறுக்கப்பட்டிருந்தால், ஒவ்வொரு ஞானியும் வெவ்வேறு வழிமுறைகளையும் தத்துவங்களையும் போதித்து, ஒரே உண்மையை அடைய பல மதங்கள் உருவாகியிருக்காது.

“ஒரே கடவுள். ஒரே மதம்” என்றுதான் இருந்திருக்கும்.

ஜே.கே. அவர்கள், “ஞானம் என்கிற வெளிச்சத்தை அடைய பாதையே கிடையாது. பாதையே இல்லாத ஒன்றினை அடைய, எந்தப் பாதையில் வேண்டுமானாலும் பயணிக்கத் தயாராக இருக்க வேண்டுமே தவிர, இதுதான் பாதை என்று கூறுபவரை நம்பி செல்லக்கூடாது” என்கிறார்.

எந்தவொரு மதத்தையோ அல்லது கொள்கைகளையோ நம்பி, அதை அப்படியே ஏற்றுக்கொண்டு, மற்ற ஞானிகள் கூறும் நல்ல உபதேசங்களைக் கண்மூடித்தனமாக நிராகரித்துவிட்டு, மதம் என்கிற ஒரு பாதையில்தான் செல்வேன் என்று பிடிவாதமாக இருப்பவர் உண்மையைத் தரிசிப்பது கடினம்.

உண்மையை அடைய உண்மையாக மாறவேண்டும். அதற்கு, யார், எந்த நல்ல வழிகளைக் காட்டினாலும், உபதேசம் சொன்னாலும் ஏற்று செயல்படுபவன், என்றேனும் ஒருநாள் உண்மையாக மாறிவிடுவான். அதுதான் சத்தியம். கதையை இன்னும் நான் நிறைவுசெய்யவில்லை. ஞானியான அந்தச் சீடனிடம், ஞான உபதேசம் பெறவேண்டி, சீடர்கள் பலரும் வந்து சேர்ந்தனர். ஆசிரமம் உருவாகிற்று.

அந்த ஞானியானவர், வந்தவர்களுக்கெல்லாம் சில பயிற்சியைக் கொடுத்து செய்யச் சொல்வார். பின், அவர்களிடம், தான் தவம் செய்த கிணற்றின் அடையாளத்தைக் கூறி, அதனுள் இறங்கி

நான் கூறும் காயத்ரி மந்திரத்தை மனம்தளராது செய்துவந்தால், என்றேனும் ஒருநாள், என்னைப் போல் உங்களுக்கும் ஞானம் கிட்டும் என்றாராம்.

இப்படித்தான் ஞானமடைய வெவ்வேறான வழிகள் பலவும் உருவாகி, 'எது ஞானம் பெற சரியான வழி' என்கிற அனுபவத்தை மக்கள் உணர இயலாமல் குழம்பியுள்ளனர்.

மேலும், ஞானமடைந்தவர்கள் தன்னை ஞானி என்று பறைசாற்றிக் கொள்வதில்லை.

அப்படி தன்னை ஒரு ஞானி என்று கூறியவர் ஞானம் அடையவில்லை என்றுதான் அர்த்தம்.

ஏன் என்றால், இன்னும் அவருக்கு தன்னை, 'ஞானி' என்று உயர்த்திச் சொல்ல வேண்டும் என்கிற மனநிலை உள்ளது.

"அவித்த நெல் எப்படி முளைப்பதில்லையோ அதுபோல, அவிழ்ந்த மனதும் மீண்டும் எழுவதில்லை. தன்னை ஒருபோதும் முன்னிறுத்திக் கொள்வதில்லை." அப்படியானால் அதுவும் அனுபவநிலையில் உணரக்கூடிய ஒன்றை, அவரே வாய்திறந்து சொல்லாமலே எப்படி தெரிந்துகொள்வது?" என்று நீங்கள் கேட்பது புரிகிறது.

"அவர்கள் செயலே, நமக்கு அவர்களை காட்டிக் கொடுத்துவிடும்" என்று கூறி உங்களை மீண்டும் அறியாமையில் தள்ள விரும்பவில்லை.

உண்மையான ஞானிகளை விடவும்,ஞானியைப் போல் தன்னைக் காட்டிக்கொள்பவர்களைத்தான் இந்த உலகம் நம்பி, அவர் பின்னே பெருந்திரளாகச் செல்லும். அந்த ஞானமடையாதவரும், தன்னைச் சுற்றி ஒரு பெரிய கூட்டம் சேரவேண்டும் என்பதற்கான எல்லா வேலைகளையும் செய்வார்.

சில சித்து விளையாட்டுகள் தெரிந்த மனிதர்களை, கடவுளாகவே எண்ணி வழிபடும் நம் சமுதாயம், உண்மையான ஞானிகள் எவ்வளவு நல்ல உபதேசங்களை எடுத்துச் சொன்னாலும் சட்டை செய்வதில்லை.

அவர்களுக்குத் தேவையெல்லாம், 'கடவுளின் அருள் பெற்றவர்' என்றால் ஏதேனும் அதிசயங்கள் நிகழ்த்த வேண்டும். அற்புதங்கள் செய்ய வேண்டும். தன் கஷ்டங்கள் தீர பரிகார பூஜைகள் செய்ய வேண்டும். நோய்க்கு மருந்து சாப்பிடாமலேயே அவர் தொட்டவுடன் குணமாக வேண்டும்.

────────────────────────────────────────── அழகர்

"பேரானந்தப் பெருநிலையான ஞானத்தை அடைந்தால் தனக்கு என்ன கிடைக்கும்" என்று எதிர்பார்க்கும் உலகம் இது.

ஆசையே இல்லாத ஓர் இடத்தை ஆசையோடு வாழ்வதால் எப்படி அடைய முடியும்?

ஞானிகள் தன்னை ஞானி என்று கூறிக்கொள்ளாவிட்டாலும், அவருக்கு ஞானத்தைத் தந்த இறையருள், சும்மா இருக்குமா?

இந்த உலகம் உய்யவேண்டியே அவருக்கு தன் ஞானத்தை எல்லாம்வல்ல பிரபஞ்ச சக்தி வழங்கியுள்ளது. அந்த சக்தியே, அவர்தான் உண்மையான 'ஞானி' என உலகுக்கு வெளிப்படுத்தும்.

மீண்டும் பட்டினத்தார் வாழ்வில் நடந்த ஒரு சம்பவத்தைப் பார்க்கலாம். வீட்டை விட்டு வெளியேறிய பட்டினத்தார், கோயில் கோயிலாக நாடு முழுவதும் சுற்றித் திரிந்தார். உணவு கிடைக்கும் இடத்தில் அதைப் பிச்சையாக ஏற்று உண்பார். இல்லையேல், பட்டினியாக இருப்பார்.

அந்த மாதிரியான ஒரு காலகட்டத்தில், அவர் ஒரு ஞானி என்பதை உலகம் அறியவில்லை. அதை வெளிப்படுத்த இறைவனுடைய திருவுளம் முடிவு செய்தது. ஒரு தேசத்து ராஜாவானவர், ஏதோ ஒரு தோஷத்தின் காரணமாக, தீராத துயரில் இருந்தார். அதற்குப் பரிகாரமாக ஒரு அன்னக்கூடம் அமைத்து, தினமும் ஆயிரம் பேருக்கு அன்னதானம் செய்து வரும்படியும் அரண்மனையில் ஒரு நாவில்லாத மணி கட்டப்பட வேண்டும் என்றும் கூறப்பட்டது. உண்மையில் இறையருள் பெற்ற ஒரு ஞானி, எப்பொழுது அன்னக்கூடத்துக்கு வந்து அன்னதானத்தை ஏற்கிறாரோ, அன்று நாவற்ற மணியானது தானே ஒலிக்கும். அதை அடையாளமாகக் கொண்டு, வந்திருப்பவர் ஒரு மகாஞானி என்பதை தெரிந்துகொள்ளலாம்.

அதன்பின் மன்னருக்கு ஏற்பட்ட தோஷமும் நிவர்த்தியாகும் என்றும் பரிகாரம் சொல்லப்பட்டது. அதன்படியே மன்னரும், பல காலம் அன்னதானம் செய்துவந்தார். நாவற்ற மணியும் ஒலிக்கவில்லை. எவ்வித நற்பலனும் கிட்டவில்லை.

மனதுருகி, அந்த இறைவனிடம் தன் துயரத்தைத் தீர்க்க அருள்புரியும்படி வேண்டினார் மன்னர். இறைவனும் திருவுளம் கொண்டார்.

பட்டினத்தாரை அந்த மன்னன் வாழும் ஊருக்குள் வரும்படி செய்தார். கோயில் கோயிலாக சுற்றித்திரிந்த பட்டினத்தடிகள் ஒரு

நாள், நல்ல வெயில் நேரத்தில் தாங்க இயலாத பசிக்கொடுமையுடன் அந்த மன்னன் வாழும் அரண்மனைக்கு அருகில் உள்ள அன்னக்கூடம் பற்றி கேள்விப்பட்டு, மயக்கமுறும் நிலையில் அங்கு சென்றார். ஆனால், இறைவனின் திருவிளையாடல் அன்னக்கூடத்தில், அவர் செல்லும் முன்பே அங்கிருந்த உணவு முழுவதும் தீர்ந்துவிட்டது. கழுவி சுத்தம் செய்துகொண்டிருந்தனர்.

பசி வந்தால் பத்தும் பறந்தோடும் என்பது சாதாரண மனிதருக்கு மட்டுமல்ல, எப்பேர்பட்ட மகான்களுக்கும் பொருந்தும். தான் வாழும் கோயிலான உடம்பின் சட்டதிட்டங்களுக்கு உட்பட்டு வாழவேண்டும் என்பதே இயற்கையின் விதி. பட்டினத்தடிகளும் பசிதாங்க இயலாது கெஞ்சிக் கேட்டார். ஆனால், அன்னச் சாவடியைச் சேர்ந்த சமையல்காரரோ, அவர் கோவணத்துடன் இருந்த கோலத்தைக் கண்டு, ஒன்றும் செய்வதற்கில்லை என மறுத்துவிட்டார்.

மயக்கமுறும் நிலைக்கு தள்ளப்பட்ட பட்டினத்தார், வேறு வழியறியாது, அங்கு கழுவித் தள்ளப்பட்ட அன்னம், வெளியில் வடிகாலில் கீழே வீழ்ந்துகொண்டிருந்தது. அதை அப்படியே, கையில் பிடித்து அதில் உள்ள அன்னப் பருக்கைகளை உட்கொண்டார்.

உடனே, நாவில்லாத மணி ஒலிக்கத் தொடங்கியது. மன்னருக்கு ஆச்சர்யம். நாவில்லாத மணி எப்போதும் ஒலிக்காது என்று நம்பி இருந்த மக்களுக்கும் அதிசயம் தாங்கவில்லை. மன்னருக்கோ சந்தோஷம் தாங்கவில்லை. உடனே, அன்னக்கூடம் நோக்கி விரைந்தார் மன்னர். அங்கு வந்து சமீபத்தில் உணவருந்திய மகான் யார் என்று கேட்டார். சமையல்காரருக்கு ஒன்றும் புரியவில்லை. பின் மன்னரிடம், “மன்னரே மகான்கள் யாரும் வரவில்லை. ஒரு மனிதர் கோவணத்துடன் வந்து பசியென்று உணவு கேட்டார். அன்னக்கூடத்தில் உணவு தீர்ந்தபடியால் இல்லையென்று சொல்லியனுப்பினோம். அவர்தான் சுத்தம் செய்து வடிகாலில் தள்ளிய அன்னப் பருக்கைகளை உண்டார்” என்று பதில் சொன்னார். பின்னர் பட்டினத்தடிகளை மன்னர் தேடிக் கண்டறிந்தார். மரியாதை செய்தார் என்று வரலாறு கூறுகிறது. இந்த நிகழ்வின் மூலமே, பட்டினத்தடிகள் ஒரு மகா ஞானி என்று உலகம் அறிந்துகொண்டது.

அவர் லிங்கமாக உருமாறி, ஈசனுடன் கலந்துவிட்டதாக வரலாறு கூறும் இடம் திருவொற்றியூரில் கடற்கரை சாலையில் அமைந்துள்ளது.

## ரமணரின் பார்வையில் ஆன்ம ஞானம் :-

'நான் யார்' என்பதை அறிந்துகொள்வதே "ஞானம்". அதுவே ரமணரின் கருத்து, உபதேசம் எல்லாம்.

ரமணரைப் பற்றி ஓஷோவிடம் கருத்து கேட்கப்பட்டது.

ஓஷோ, மகாஞானி என்றாலும், உலக ஞானிகள் பலரையும் கடுமையாக விமர்சிக்கும் பழக்கம் உடையவர். அவர் விமர்சனத்திற்கு ஆளாகாத மகான்களே இல்லையென்று கூறலாம். இயேசு கிறிஸ்து, முகம்மது நபி என்று எல்லாரிடமும் உள்ள நிறை, குறைகளை சிறிதும் தயங்காது, பயமின்றி அவருக்கு சரியெனப்பட்டதை அப்படியே கூறிவிடும் சுபாவம் உடையவர்.

அவரிடம் ரமணர் பற்றி கேட்டதற்கு அவர் கூறியதாவது, "ரமணருக்குத் தெரிந்த ஒட்டுமொத்த ஞானத்தையும் ஒரு போஸ்ட் கார்டில் எழுதிவிடலாம். ஆனால், அவர் கண்ட உண்மை, அவரே தேடிக் கண்டறிந்தது. யார் சொல்லியோ, யாருடைய வழி நடத்தலிலும் செல்லாத உண்மையான ஒரு ஞானி" என்று சுருக்கமாக விமர்சித்துள்ளார்.

ஓஷோ கூறியதுபோல, பகவான் ரமணருடைய ஞானம் உலகறிந்த வரை மிக எளிமையானது என்றாலும், அதன்பின் ஓராயிரம் அர்த்தங்கள் புதைந்து கிடக்கின்றன என்பதை ஆன்மத் தேடல் உள்ளவர் அறிவர்.

'நான் யார்' என்பதை கண்களை மூடி, தியானத்தில் அமர்ந்து ஆத்ம விசாரம் செய்தால், உங்கள் ஆத்மாவை நீங்களே உணரலாம். அதுவே ஞானம் என்கிறார்.

"ஆத்ம தரிசனம் அஞ்ஞான நாசனம்"

அஞ்ஞானம் என்பது அறியாமை. எது உண்மை, எது பொய் என்பதை அறியாமல் இருப்பது அல்லது எது நிலையானது, எது நிலையற்றது என்பதை அறியாமல் செயல்படுவது.

நிலையற்ற ஒரு விஷயத்தை, நிலையானது போல் நம்மை நம்பவைப்பது எது?

அதுதான் மாயை.

நாம், அதிர்ஷ்டத்தை நம் வாழ்க்கையில் கடந்து செல்லும்போது, நமக்கு தொட்டதெல்லாம் துலங்கும். வெற்றிமேல் வெற்றி கிட்டும். பேர், புகழ், பணம், வீடு, வாகனம் என்று சேரும்போது சந்தோஷத்தில் மிதந்துகொண்டிருப்போம். ஒரு சிறிய வீடு

## எது ஞானம்?

வாங்கியது போதாது என்று, செய்யக்கூடிய தொழில் இன்னும் பல கோடி லாபம் பெற்றுத்தரும் என நம்புவோம். தைரியமாக, நம் கையிருப்புக்கு மேல் கடனுதவி பெற்று, பெரிய வீடு வாங்குவோம். குடிபுகுவோம்.

திடீரென்று ஒருநாள், நம் வாழ்வில் துரதிர்ஷ்டத்தை அல்லது கெட்ட நேரத்தை சந்திக்கவேண்டிவரும். வாங்கிய கடனை திரும்பச் செலுத்த இயலாமல் போகும். சம்பாதித்த சொத்துகள் கைவிட்டு ஒன்றன்பின் ஒன்றாகச் சென்றுவிடும். நம்மை மதித்தோரெல்லாம் நாம் இருக்கும் பக்கம் கூட திரும்பிப் பார்க்க மாட்டார்கள். என்ன முயற்சி எடுத்தாலும், அதில் ஏதோ ஒரு தடை குறுக்கே நின்று நம்மை முன்னேறவிடாமல் தடுக்கும். தொடர் தோல்விகளைத் தழுவும்போது, மனம் நொந்து, இனி நம் வாழ்வில் நம்மால் முன்னேறவே முடியாது. இந்தக் கஷ்டம் இனி நம்மைவிட்டு அகலாது என்று அதையும் முழுமையாக நம்புவோம். அந்த வேதனையில் பல ஆரோக்கியக் கேடுகள் வரும். ஒரு சிலர் அந்தக் கவலையில் இருந்து மீள தவறான வழியைத் தேர்ந்தெடுத்து, போதைக்கு அடிமையாகி குடும்பத்தையே நரகமாக்கி விடுவர்.

அதிர்ஷ்டம் வரும்போது அது உண்மை, என்றென்றும் செல்வம் நம்மைவிட்டு அகலாது, இனி நமக்கு உயர்வுதான் என்று நம்மை நம்ப வைத்து, அகலக்கால் வைக்கும் ஆசையைத் தூண்டி, சிக்கலில் மாட்ட வைப்பது எது?

நம் பேராசை - அது உற்பத்தியாகும் இடம் எது, நம் மனம்!

பிறகு தோல்வியில் துவண்டு, தவறான வழியைத் தேர்ந்தெடுத்து, நம்மை அழிவை நோக்கி அழைத்துச்செல்வது எது? அதுவும் நம் மனமே. மனது மாயையின் கைப்பாவை.

'மனது' என்று ஒன்று உள்ளது என்பதை எல்லோரும் அறிவோம். உடல் என்பது ஸ்தூலம் (Physical) என்றால், மனது என்பது சூட்சுமம் (Software). கண்ணுக்குப் புலப்படாத, ஆனால் நம் ஒட்டுமொத்த உடம்பு, உணர்வுகள் ஆகியவற்றை இயக்குவதில் மனத்தின் பங்களிப்பு பெரும்பகுதி. அந்த மனத்தினை இரண்டு வகையாகப் பிரிக்கலாம். ஒன்று எண்ணங்கள், மற்றொன்று உணர்வுகள் நம் மனத்திலிருந்து தோன்றும் எண்ணங்களின் அடிப்படையில்தான் நமக்கு உணர்வுகள் தோன்றுகின்றன. உதாரணத்திற்கு, நமக்குப் பிடிக்காத மனிதர் ஒருவர் நம்மிடம் வந்து சண்டை செய்து நம்மை

அழகர்

பகவான் ஸ்ரீ ரமண மகரிஷி

அவமானமாகப் பேசுகிறான். அந்தச் சமயத்தில், நமக்கு நாமே கோப உணர்வுகளை அடக்கிக் கொண்டு, சண்டை செய்யாமல் வீட்டுக்கு வந்துவிடுகிறோம். சிறிது நேரத்தில் வேறொரு வேலையில் மூழ்கி அந்த நிகழ்ச்சியை மறந்துவிடுகிறோம்.

சில மணி நேரங்கள் கழித்து அமைதியாகி ஓய்விலிருக்கும்போது, நமக்குள்ளிருந்து நாம் அவமானப்பட்ட நிகழ்ச்சிகள் எண்ணங்களாக வெளிவருகிறது. அந்த நிகழ்ச்சியை நாம் எண்ணத் தொடங்கி அடுத்த நிமிடத்தில் நமக்குள் ஒரு கோபாவேசம் வந்து, அந்த எதிரியை அடித்து உதைக்க வேண்டும் என்று தோன்றும். ரத்த அழுத்தம் கூடும். பட்ட அவமானத்தை மறக்க இயலாமல், கோபத்தையும் அடக்க இயலாமல், நமக்கு நாமே கஷ்டப்படுவோம்.

இப்போது, உங்களுக்கு எண்ணங்களின் வலிமை என்னவென்று புரிந்திருக்கும். நிகழ்ச்சி நடந்து பல மணி நேரத்திற்கு எண்ணங்கள் அமைதியாக உள்ளவரை, சாந்த உணர்வுடன் சந்தோஷமாக இருந்த மனிதன், கோபத்தைத் தூண்டும் எண்ணங்கள் தோன்றியவுடன் கோபம் என்கிற உணர்வுக்கு அடிமையாகி விடுகிறான். சில சமயங்களில் அந்த உணர்வை அடக்க இயலாமல் போய், அவன் அறிவு மழுங்கி, அந்த எதிரியை பழிதீர்க்க வேண்டும் என்று ஆவேசமாகக் கிளம்புவதும் உண்டு. அதாவது அவன் அறிவை அவனுடைய உணர்வுகள் அடிமையாக்கிவிடுகிறது. உணர்வுகள் மேலோங்கியபோது, அவன் அறிவு பலவீனமாகி, முட்டாளாகிறான்.

எண்ணங்களும், உணர்வுகளும் ஒன்றுசேர்ந்து கோபமுற்ற அந்த மனிதனைத் தவறாக வழிநடத்துகிறது.

எண்ணங்களுக்கு ஏற்றவாறு உணர்வுகள் மாறுபடுகின்றன. பயம், காமம், இன்பம், துன்பம், பொறாமை, ஆத்திரம், அவமானம் சூழ்ச்சி என்று பல உணர்வுகளையும் தூண்டும் தூண்டுகோல் நம் எண்ணங்கள் மட்டுமே. எண்ணங்கள் எங்கிருந்து வருகின்றன என்பதை ஆராய வேண்டும் என்கிறார், பகவான் ரமணர்.

அதற்குத்தான், 'தியானம்' ஒவ்வொரு மனிதருக்கும் இன்றியமையாதது ஆகும். தியானம் பழகியவர் தன் எண்ணங்களை அதன் ஆரம்ப நிலையிலேயே தெரிந்துகொண்டு அது உணர்வுகளாக மாறாது தடுத்துவிடலாம். அதனால் வரும் கெடுதல்களையும் தவிர்க்கலாம்.

'மனது' என்ற ஒன்று உள்ளது என்பதை மெய்ஞானம் மட்டுமல்ல. விஞ்ஞானமும் ஒப்புக்கொண்டுள்ளது. ஆனால், 'ஆத்மா' என்ற

ஒன்று கிடையவே கிடையாது என்பதே விஞ்ஞானிகளின் அசைக்க முடியாத நம்பிக்கை.

இப்போது விஞ்ஞானத்தின் பார்வையில் மனித உயிர் என்றால் என்ன என்பதைப் பார்ப்போம். மனிதனுக்கு உடல் உள்ளது. காற்றை சுவாசித்து, அதன்மூலம் இதயம் இயக்கப்படுகின்றது. உண்ணும் உணவு ரத்தமாக மாற்றப்படுகிறது. அந்த ரத்தமானதை சுத்திகரிக்கும் பணியை இருதயம் செய்கிறது. சிறுநீரை பிரித்து வெளியேற்றுவதை சிறுநீரகம் செய்கிறது. ஐந்து புலன்கள் அதாவது கண், காது, மூக்கு, வாய், உடம்பு ஆகியவற்றின் உதவியுடன் ஒளி, ஒலி, வாசனை, சுவை, தொடுதல் ஆகிய உணர்வுகள் அறியப்படுகின்றன.

நாம் காணும் நிகழ்ச்சியைப் பொறுத்து நமக்குள் எண்ணங்களும், அதன் தொடர்ச்சியாக உணர்வுகள், பின் அதனால் உண்டாகும் பலன்கள் ஆகியவை ஒரு தொடர் நிகழ்ச்சியாக நடைபெறுகிறது. எண்ணங்களையும் உணர்வுகளையும் கண்காணிக்கும் கண்காணிப்பாளராக அறிவு என்ற ஒன்று நம் மூளைப் பகுதியில் இருந்து செயல்படுகிறது. இயற்கையில் நமக்கு உள்ள அறிவு போக, நம் கல்வி மற்றும் அனுபவத்தால் உண்டாகும் அறிவும் நம் மூளைப்பகுதியில் பதியப்பட்டு, பின் அதுவே நம்மை செயல்படுத்தும் ஒரு கருவியாக தலைமையேற்கிறது. வயது முதிர்வோ அல்லது தீராத நோயின் காரணமாகவோ உடல் சக்தியிழந்து, சுவாசம் நின்று, இதய ஓட்டம் தடைபட்டால் உடல் செயலற்றுப்போகிறது. அதாவது, இறந்து போகிறது என்று சொல்கிறோம்.

உடல், மனம், அறிவு ஆகியவை மட்டுமே உள்ளன. ஆத்மா என்பது இதில் எங்கிருந்து வந்தது என்பதே விஞ்ஞானத்தின் வாதம்.

எதையும் நம்பிக்கையின் அடிப்படையில் ஏற்றுக்கொள்ளாத விஞ்ஞானம், ஆத்மாவையோ அல்லது பிராணன் எனப்படும் உயிரையோ ஒப்புக்கொள்ள மறுக்கிறது. மனிதனின் உயிரோட்டம் என்பது இயற்கையான ஒரு நிகழ்வே தவிர, 'ஆத்மா' என்று ஒரு சூட்சும பகுதி உடம்பில் உள்ளது என்பதற்கு எவ்வித தடயமும் இல்லை என்கிறது விஞ்ஞானம்.

காஞ்சிப் பெரியவரிடம் ஆசிபெறப் புகழ்பெற்ற மருத்துவர் ஒருவர் சென்னையிலிருந்து காஞ்சிமடம் வந்திருந்தார். அவர், பெரியவரிடம் ஒரு சந்தேகம் கேட்டார். என்னவென்றால், தான் இதுவரை உடம்பின் ஒரு பகுதி விடாமல் அறுவை சிகிச்சை

## எது ஞானம்?

செய்து பார்த்த அனுபவத்தில், ஆன்மிகம் நம்பிக்கையோடு கூறும் "ஆத்மா" என்பதையோ, "பிராணன்" என்பதையோ இதுவரை பார்த்ததேயில்லை. இதற்கு மேல், அந்த ஆத்மா உடம்பினுள் எங்கே இருக்க முடியும்?" என்று கேட்டார். அதற்கு காஞ்சி மகான், "ஒரு மனிதன் இறந்துவிட்டால், எதை அடிப்படையாக வைத்து அவன் இறந்துவிட்டான் என்று கூறுகிறீர்கள்" என்று கேட்டார்.

அதற்கு மருத்துவர், இதயத்துடிப்பு மற்றும் சுவாசம் நின்று போனால் இறந்துபோனார் என்று கூறுவோம்" என்றார்.

"சரி, இறந்துபோனார் என்பதற்கு எதை சான்றாகக் கொடுப்பீர்கள்" என்று கேட்டார் பெரியவா. Death Certificate எனப்படும் மரணச் சான்று பத்திரத்தை சான்றாக முத்திரையிட்டு கொடுப்போம் என்றார் மருத்துவர்.

அதுசரி, "Death Certificate என்றால் என்ன அர்த்தம்" என்றார் பெரியவா. சற்றே கோபமுற்ற மருத்துவர், "Death Certificate என்றால் பிராணன் போயிடுத்து" என்று அர்த்தம் என்றார்.

மென்மையாக சிரித்த பெரியவா, "சரி, பிராணன் இத்தனை நாள் எங்கு இருந்தது இப்போது போவதற்கு?" என்று மருத்துவரையே குறுக்குக் கேள்வி கேட்டார். அவ்வளவுதான், மருத்துவருக்குப் பதில் பேச முடியவில்லை.

கண்ணுக்குத் தெரியாத காற்றை எப்படி காண இயலாதோ, அதைப் போல நம்முள்ளிருந்து அந்த காற்றை உள்ளிழுத்து சுவாசித்து நம்மை உயிர் வாழச் செய்யும் பிராணன் என்ற ஆத்மாவை கண்ணால் காண இயலாது.

நம் இயக்கம் ஒன்றே அது இருப்பதற்கான அடையாளம். மின்சாரம் இருந்தால் மின் விளக்குகள் எரியும். வெளிச்சம் தரும். மின்சாரம் போய்விட்டால் வெளிச்சம் போய்விடும். விளக்குகளும், செயலற்றுப் போகும். அதுபோலதான் மனித உடலில் உயிர் என்பது. உயிர் உள்ளவரைதான் உடம்புக்கு மரியாதை, மதிப்பு எல்லாம். அது வெளியேறிவிட்டால், பின் சவமாகிவிடும்.

"சிவம் இல்லையேல் சவம்" அதுவரை அப்பா என்பவரும், சகோதரா, தலைவா என்று கட்டியணைப்பவர் கூட சவமாகிவிட்டால், இறந்துபோன உடல் உடன் தனியாக இருக்கப் பயப்படுவார்கள். அதுதான் இயற்கை.

எப்போதுமே முதலில் தன் இறைசக்தி மூலம் கண்டறிந்து மெய்ஞானம் ஒன்றை உலகுக்கு சொல்லும்.

அதை நம்பாமல், பல நூறு ஆண்டுகள் ஆராய்ச்சி செய்து பின்பு ஞானிகள் கூறியதைக் கண்டறிந்து உண்மையென நம்பி உலகுக்குச் சொல்வது விஞ்ஞானம்.

அதுபோலத்தான் ஆத்மாவின் விஷயத்திலும். வெறும் உதாரணங்கள் மட்டும் விஞ்ஞானத்திற்கு போதாது. விஞ்ஞானத்தின் கூற்றுப்படி "உடம்பு என்பது ஐந்து வேதியியல் பொருள்கள் ஒன்றுகூடி உருவானது. அந்த வேதியியல் சேர்மங்களில் சக்தி குறைந்தவுடன் உடல் இறந்து போகிறது.

அந்த வேதியியல் சேர்மங்களுக்கு மீண்டும் சக்தி கொடுத்தால், பேட்டரியை சார்ஜ் செய்து வாகனத்தை ஓட்டுவதைப்போல், மனிதனுக்கும் உயிர் கொடுத்துவிடலாம் என்ற நம்பிக்கையோடு, தன் ஆராய்ச்சியைத் தொடர்ந்து செய்துவருகிறது விஞ்ஞானம்" மேலை நாடுகள் தன் விஞ்ஞான கண்டுபிடிப்பான மின்விளக்குகள் மூலம் உலகையே ஒளிபெறச் செய்தால், நம் பாரததேசம், நம் மெய்ஞான கண்டுபிடிப்புகளின் மூலம், அறிவு, ஆனந்தம், நல்லிணக்கம் என்கிற ஞான ஒளியை உலகுக்கே கொடுத்துக் கொண்டுள்ளது என்பது மேலை நாட்டவரும் மறுக்க இயலாத உண்மை.

### ஆசை எப்படி உருவாகிறது?

நாம் ஒரு பொருளை அடைய ஆசைப்படுகிறோம். ஆசைப்பட்டது கிடைக்கவில்லையென்றால், கவலை என்கிற உணர்வு உண்டாகிறது. பின் அதை எப்படியும் அடைந்தே தீருவது என்கிற வைராக்கியமும், அதை செயல்படுத்த முயற்சியும் உண்டாகிறது. எவ்வளவு முயற்சியெடுத்தும் கிடைக்கவில்லை என்றால் கோபம் உண்டாகிறது.

அதே பொருள் வேறொருவருக்கு சொந்தமாகிவிட்டால், பொறாமையும் அவரைப் பழிவாங்கும் உணர்வும் உண்டாகிறது. அதற்கு மேல், உணர்வு நிலை வெறியாக மாறிவிட்டால், தனக்கு கிட்டாத பொருளையும், அந்தப் பொருளை அடையப்பெற்ற அந்த மற்றொரு நபரையும் அழித்துவிட வேண்டும் என்ற எண்ணமும், அதனால் கொலை உணர்வும் தோன்றுகிறது.

மேற்சொன்ன உதாரணத்திலிருந்து, மனதில் தோன்றும் உணர்வு நம் ஆசையால் உருவான ஒன்றே தவிர, அது இயற்கையிலே இருப்பது அல்ல என்பதைத் தெரிந்துகொள்ளலாம்.

ஆசைதான் துன்பத்திற்குக் காரணமா?

## எது ஞானம்?

ஆசைதான் துன்பத்தின் மூலகாரணம் என்றால், ஆசை எப்படி உருவாகிறது?

ஒரு வீட்டில் நன்றாக பூத்துக்குலுங்கும் அழகிய மரம் ஒன்றை பார்த்தவுடன் 'ஆஹா எத்தனை அழகு' என்கிற எண்ணம் நம் அறிவுக்குச் செல்கிறது. ஒரு நிமிடம் அதன் அழகை, நம் கண்கள் மூலம் உள்வாங்கி அந்தக் காட்சியில் நம்மையறியாமலே திளைத்து, சில நொடிகள் அங்கேயே நின்று பார்த்துவிட்டு நகர்கிறோம். இத்தோடு முடிந்துவிட்டால் எந்தப் பிரச்சனையும் இல்லை.

சிறிது நேரம் கழித்து, தான் கண்ட மரத்தின் அழகையும், அதனால் உண்டான பரவசத்தையும் நாம் திரும்பத் திரும்ப நினைக்கிறோம் என்று வைத்துக்கொள்வோம். திரும்பத் திரும்ப அந்த எண்ணங்கள் வரும்போது, அதுவே நினைவுகளாக நம் மூளையில் ஆழப்பதிந்து விடுகிறது. இப்போது அந்த மரத்தை மறக்க இயலவில்லை. என்ன செய்வது? இங்குதான், பிரச்சனை ஆரம்பம்.

'அந்த மரம் நமக்கு சொந்தமாக நம் வீட்டில் இருந்தால் எப்படி இருக்கும்?' என்கிற எண்ணம் நமக்கு தோன்றும். அந்த நொடியிலே ஆசையின் விதை நம்மால் விதைக்கப்படுகிறது. நான், இந்த உடம்பு மட்டும் இல்லை. மனது என்பது நான், என்னுடையது என்ற ஆசையால் உருவாக்கப்பட்ட ஒன்று. அறிவு என்பது என்னால் சேகரிக்கப்பட்ட அல்லது கற்றுக்கொண்ட ஒன்று. அப்படியென்றால் நான் யார்? அந்த நான்தான் 'ஆத்மா' அல்லது உயிர் சக்தி அல்லது இறையறிவு நிலை (Super Consciousness)

பெரும்பாலும், அனைத்து ஞான மார்க்கங்களும் அதையே போதிக்கின்றன.

ஆதி சங்கரர் முதல், பகவான் ரமண மகரிஷி வரை ஆண்டவனை பிரபஞ்சமாக வழிபட்டு, அனைத்து உயிர்களையும் ஆண்டவனின் பிரதி பிம்பங்களாகப் பார்ப்பவர்கள்.

சூரியன் ஒன்றுதான் என்றாலும், உலகம் முழுவதும் எத்தனையோ கோடி சூரியனின் பிரதிபிம்பங்கள் நீரிலோ அல்லது வேறு பிரதிபலிக்கும் பொருள்கள் மூலமாகவோ தோன்றுவதைப்போல், இறை சக்தியும் எத்தனையோ கோடி உயிரினங்களாகத் தோற்றமளிக்கிறது என்பதே அவர்கள் நம்பிக்கை. இப்போது, 'ஞானம்' என்பது என்ன என்று எளிதாகப் புரியும்படி கூறிவிடலாம்.

"ஆத்மா என்பதுதான் இயற்கையானது. மனம் என்பது ஆத்மாவின் இச்சையால் உருவானதே. மனம் அமைதியாகி

ஆத்மாவினுள் அடங்கிவிட்ட நிலையில் இருக்கும் இயற்கையான ஆத்மாவே, 'நாம்' என்பதை உணரலாம்.

எல்லாம் வல்ல பிரபஞ்ச சக்தி, நம்முள் ஆத்மாவாக மாறி வெளிப்பட்டுள்ளது என்பதை உணர்தலே 'ஞானம்' ஆகும்.

ஞானம் என்பது ஒவ்வொரு மனிதனுக்கும் சொந்தமானதே என்று பார்த்தோம். அதை அடையவே, அல்லது நம் இயற்கைத் தன்மையாக நாம் மாறவே, யோக மார்க்கங்கள் பலவும் நமக்கு வழிகாட்டுகின்றன. பகவத்கீதையில், பதஞ்சலி யோக சூத்திரத்தில் பலவிதமான யோக மார்க்கங்கள் கூறப்பட்டிருந்தாலும், மிகவும் முக்கியமான யோக மார்க்கமாகக் கருதப்படுவது, 'தியானம்' ஆகும். 'தியானம்' எவ்வாறு பழக வேண்டும் என்பதற்கு பல மகான்களும் யோகிகளும் பல்வேறு விதிமுறைகளைக் கூறினாலும், பொதுவாக, பகவான் ரமணர் கூறிய எண்ணங்களை ஆராயும் முறையே இக்காலத்திற்கு மிகவும் பொருத்தமானது என்பது என் அபிப்பிராயம்.

ஆசனத்தில் நிலையாக அமர்ந்து, கண்களை மூடி, நம் முதுகுத்தண்டை நேராக வைத்து, நம் கவனம் முழுமையும் எண்ணங்களின் மீது வைத்தோமானால், ஒரு உண்மையை நாம் அறியலாம்.

எண்ணங்கள் எப்போதும் நிகழ்காலத்தில், அதாவது இந்த நிமிடத்தில் நிற்காது. ஒன்று கடந்த காலம் எனப்படும் நினைவுகளில் மூழ்கிவிடும். அல்லது எதிர்காலம் எனப்படும் கற்பனையில் மிதந்துகொண்டிருக்கும்.

நம் கடந்த காலம் 'A' என்றும், நிகழ்காலம் 'B' என்றும், எதிர்காலம் 'C' என்றும் எடுத்துக்கொள்வோம்.

நம் எண்ணங்கள் A-யிலிருந்து 'C'-க்கும், 'C'-யிலிருந்து 'A'-க்கும் மாறி மாறி செல்லுமே தவிர, 'B'-யில் அதாவது நிகழ்காலத்தில் நிற்காது. அதை நாம் தியானத்தில் சிறிது சிறிதாக அறிந்து, நம் எண்ணங்களை நிகழ்காலத்தில் இருக்கும்படி செய்ய வேண்டும். அந்த கால அளவினை கொஞ்சம் கொஞ்சமாக நீட்டிக்க வேண்டும். தியானம் கைகூடிவர குறைந்தது 5 வருடங்கள்கூட ஆகலாம். அது அவரவர் ஆர்வத்தையும், இறைவனின் அருளையும் பொறுத்தது. நிகழ்காலத்தில் எண்ணங்களற்ற நிலையில், மனதின் உணர்வுகள் சாந்தமாகி இருக்கும். அந்த நிலையில் நமக்குள் ஓர் ஆழ்ந்த அமைதி, ஆனந்தம் உண்டாகும். அப்போது இருக்கும் 'நான்' என்கிற

### எது ஞானம்?

உணர்வே உண்மையான 'நான்' அல்லது அறிவுநிலை (Conciousness). மற்ற நேரங்களில் நாம் மனதாகவே மாறிப்போகிறோம். அதை, 'நான்' என்று நினைத்துக்கொள்கிறோம். அதைத்தான் பகவான் ரமணர் "Assumed I" என்பார். தியானத்தின்போது மனம் சாந்தமான நிலையில், எண்ணங்களற்று உள்ளபோது, நாம் அறியும் 'நான்' தான் 'True I' அல்லது 'உண்மையான நான்'. அந்த உண்மையான நான் என்கிற அறிவுநிலைதான் பிரபஞ்சம் முழுவதும் இறைசக்தியாக நிறைந்துள்ளது.

பிரபஞ்சம் முழுதும் நிறைந்து, பிரபஞ்சத்தினுள் உள்ள அனைத்து கோள்களையும் இயக்கிக்கொண்டிருக்கும் இறைசக்திதான் நம் உடம்பினுள் உள்ள ரத்த ஓட்டத்தையும், இதயத் துடிப்பையும், லட்சக்கணக்கான ரத்த அணுக்களையும் இயக்கிக்கொண்டிருக்கிறது.

ஆனால், அதை நாம் அறிய மாட்டோம். நாம் சுவாசிப்பது நம்மையுமறியாமல், தன்னிச்சைச் செயலாக நடைபெற்றுக் கொண்டிருக்கிறது. பின்பு, "இதயம் சீராகத் துடிப்பதற்காக நாம் ஏதேனும் சிரத்தை எடுக்கிறோமா" என்று பார்த்தால் அதுவும் இல்லை.

நாம் உண்ணும் உணவு செறிக்கப்பட்டு, ரத்தமாக மாறிவிடுகிறது. அந்த ரத்தம் வடிகட்டப்பட்டு, சிறுநீராக வெளியேற்றப்படுகிறது. இதுபோல் ஏழுமுறை வடிகட்டப்பட்டு, ஏழாவது முறையாக அது ஆண் உடம்பில் ஒரு விந்துவாக உருமாறுகிறது. அந்த விந்தணுவே உயிர் எனப்படுகிறது. நாம் உண்ணும் உணவை உயிராக மாற்றும் சக்தி நமக்குள் உள்ளது என்பதை நாம் அறியாமலே ஒரு சக்தியானது எல்லா செயல்களையும் சீராகச் செய்து வருகிறது. அந்த சக்திதான் இறைசக்தி என்ற 'உயர்நிலை அறிவு' அல்லது 'Super Consciousness' எனப்படும்.

அதைப்போலவே பிரபஞ்சமும், நம் கண்ணிற்குப் புலப்படாத மகாசக்தியால், யாரும் அறிய இயலாதவண்ணம் மறைபொருளாக இருந்து இயக்கிக்கொண்டிருக்கிறது. அந்த சக்தியே, மனித உடலில் இறைசக்தியாக அல்லது ஆத்மாவாக வெளிப்பட்டுள்ளது. இதை அடியேன் ஏற்கெனவே சொன்னபடி, அறிவுரீதியாக இப்போது அறிந்திருப்பீர்கள். உணர்வுரீதியாக (எப்பொழுது) அனுபவம் உங்களுக்கு உண்டாகிறதோ, அன்றுதான் நீங்கள் ஞானம் அடைந்தவர் ஆகிறீர்கள். அதை அடைய இறையருள் வேண்டும் என்பதை மீண்டும் உங்களுக்கு விளக்கவேண்டியதில்லை. அந்த இறையருளைப் பெற ஒழுக்கம், பக்தி, அன்பு, கல்வி, பற்றற்று

வாழ்தல் (இல்லறத்தில் ஈடுபட்டாலும்) போன்ற நற்பண்புகளை உயிரினும் மேலாகக் கடைபிடிக்க வேண்டும்.

பிற உயிர்களையும், தன் உயிராக எண்ணி அன்பு செய்து, பலனை எதிர்பார்க்காமல் சேவை செய்தால், இறையருள் 'முக்தி' என்னும் ஆன்ம சுதந்திரத்திற்கான 'ஞானம்' எனும் சாவியை உங்கள் வசமே ஒப்படைக்கும்.

நம்புங்கள் நடந்தே தீரும்.

"ஹரஹர சங்கர ஜெயஜெய சங்கர
ஜெயஜெய சங்கர ஹரஹர சங்கர"

கடவுளின் சித்தமானால், இந்த 'எது ஞானம்' என்ற கட்டுரையின் தொடர்ச்சியை அடுத்த பாகமாக நாம் பார்ப்போம்.

வாழ்க வளமுடன்

- அழகர்.

எது ஞானம்?

## ஆன்மக்கடலில் விளைந்த தத்துவ முத்துகள்

1. ஓட்டப்பந்தயம் முதல் வாழ்க்கை எனும் போராட்டம் வரை யார் முதலில் இலக்கைத் தொடுவது என்கிற போட்டிதான் நம்மை இடைவிடாமல் இயங்கச் செய்கிறது.

"இலக்கே இல்லாமல்" அதே வேகத்தில் நீங்கள் ஓடிக்கொண்டு இருக்கிறீர்கள் என்றால், நீங்கள் அடைய வேண்டியதை ஏற்கெனவே அடைந்துவிட்டீர்கள் என்றுதான் அர்த்தம்.

2. ஒன்றை அடையும்வரை அது விலைமதிக்க முடியாத ஒன்று. அதற்காக எந்த விலையும் கொடுக்க மனிதன் தயார். அடைந்த பிறகோ, அதன் மதிப்பு மறந்துபோகும்.

அடுத்த 'படி' ஏற ஆசைப்பட்டு, உள்ளதையும் இழந்த பிறகே, தான் இழந்ததின் மதிப்பு அவனுக்கு இன்னும் பல மடங்கு பெரிதாக தெரியும்.

3. கடவுள் நேரடியாக கடவுளாகவே பிறப்பதில்லை. மனிதராய் பிறந்து, தன் விடாமுயற்சி மற்றும் இறையருளால் யோகி மற்றும் சித்தர்கள் ஆகின்றனர்.

பின் நம்மால் "வழிபடும் கடவுள்" ஆகின்றனர். முயன்றால் நாளைய தலைமுறைக்கு "நீயும் ஒரு கடவுள்" ஆகலாம், காஞ்சி மகானைப் போல.

4. புண்ணியத்தை கஷ்டப்பட்டு சேர்க்க வேண்டும். பாவம் செய்யும்போது மனதிற்கு சந்தோஷமாக இருக்கும். அதற்கான பலனை அனுபவிக்க நேரும்போது, பட்ட துன்பம் இன்பமாகவும், அனுபவித்த இன்பம் துன்பமாகவும் மாறும். ஒரு 'செயல்' செய்யும்போது கடவுளைப்பற்றி

அழகர்

**எது ஞானம்?**

நினைப்பதில்லை. துன்பம் வந்தவுடன், கடவுளை குறை கூறி என்ன பயன்?

5. ஒன்றின்மீது ஆசைப்பட்டு, அரும்பாடுபட்டு அதை அடைந்தபின், அந்த ஆசைதனையும் விட்டுவிட வேண்டியுள்ளது. அதற்கு பதில், அந்த ஆசைதனை ஆரம்பிக்கும் தருணத்திலேயே கண்டறிந்து,

"அந்த ஆசையை விட்டுவிட்டால் துன்பம் இல்லையே" என்றுதான் புத்தர் சொன்னார், உலகம் கேட்குமா?

"ஆசைதானே உலகம். ஆசை இல்லையேல் உலகம் இல்லையே."

6. சில ஆண்டுகளுக்கு முன் "கடவுள் துகள்" கண்டறிந்த விஞ்ஞானிகளை பாராட்டி "நோபல் பரிசு" தந்தனர்.

பலநூறு ஆண்டுகளுக்கு முன்பே, தன் மெய்ஞானத்தைக் கொண்டு, "அணுவிற்குள் அணுவாய்" என்று கடவுள் துகள் பற்றி "விநாயகர் அகவல்" பாடிய ஔவைக்கு, கடவுளே தன்னை பரிசாக தந்துள்ளார் போலும்.

7. "ஆசை" எனும் சிறிய நூலை மட்டும் வைத்துக்கொண்டு, "பெரிய பாறை" போன்ற இலக்கினை இழுக்க நினைத்தால், உங்கள் ஆசையெனும் நூல் அறுந்துபோகும்.

ஆசையுடன், தளராத நம்பிக்கை, விடா முயற்சி, ஓயாத உழைப்பு, நல்லறிவு, நல்லொழுக்கம், இறைபக்தி, இடைவிடாத பிரார்த்தனை முதலான அறுக்க இயலாத இரும்புக் கம்பிகளைக் கொண்டு ஒன்று சேர்த்து இழுத்தால், "அசையாத பாறையும், ஆண்டவன் அருளால் உருகி, உங்களை நோக்கி ஓடி வந்தே தீரும்."

8. "கடவுள், சமுதாயம், சட்டம்" மீதான பயமே, ஒழுக்கமான சமுதாயம் உருவாகக் காரணம். பயத்தினால் உண்டான ஒழுக்கம் பறிபோகவும் வாய்ப்பு உண்டு. "உனக்கு உள்" இருந்துவரும் ஒழுக்கமே நிலையானது. அதற்கு கடவுளின் அருள் வேண்டும்.

9. "ஆசைக்கு அசையாது இருப்பவன் இறைவன், ஆசைக்கு இசைந்து வாழ்பவன் மனிதன்."

அசையாது, நின்றாலும், பிரபஞ்சத்தையே அசைக்கும் சக்தி படைத்தவன் இறைவன். அசைந்து சென்றாலும், அவன் அருள் இன்றி, ஒரு துரும்பைக்கூட அசைக்கும் சக்தியற்றவன் மனிதன்.

10, ஆன்மிகத்தை "ஆன்மா" பற்றிய உண்மையை சொல்லும் ஒரு பாடமாக மட்டும் பயன்படுத்தக் கூடாது. பட்டினி கிடக்கும் பரம ஏழைகளும் "பரமன்" அருள் பெற்று பசியெனும் பிணி நீங்கி வாழ வழிசெய்து கொடுப்பதாகவும் அமைய வேண்டும்.

"அறியாமை நீங்கி அறிவுச் செல்வம் பெற்றால், செல்வம் அவர்களை தேடிவந்து சேரும்."

அழகர்

அறியாமைதனை நீக்குவதுதானே ஆன்மிகத்தின் முக்கிய பணி.

11. உலகம் உய்ய வேண்டும் என்கிற உயர்ந்த இலக்கினை நோக்கி ஓடுபவர்கள் "வயதாகிவிட்டது" என்று கவலைப்பட வேண்டாம். நல்ல நோக்கத்தை நோக்கி ஓடும் ஓட்டம் "தொடர் ஓட்டம்" போன்றது.

நீங்கள் நிறுத்திய இடத்தில் இருந்து, மற்றொருவர் தொடர்வார்.

என்றேனும் ஒருவர், அந்த உயர்ந்த இலக்கினை அடைந்து, அதன் பலனை, உலகிற்கே அர்ப்பணிப்பார், "காஞ்சி மகானைப் போல."

12. மக்களை பயமுறுத்தி, அந்தப் பயத்தின் மூலம் மரியாதையை கேட்டுப் பெறுவது "பிச்சை" எடுப்பதற்கு சமம். பிறர் மீது அன்பு செலுத்தி, அவர்களை அரவணைத்து உதவிக்கரம் நீட்டி வாழ்பவன். தனக்கு பிறர் மரியாதை செலுத்தினால் கூட, அதை அன்போடு நிராகரிப்பான். "அவன்தான் மனிதன்"

13. சில லட்சம் மைல் தொலைவில் உள்ள "சந்திரனை" படம் பிடிக்கத் தெரிந்த மனிதர்களுக்கு, தன் சொந்த உடம்பில், இருதயத்தின் மையத்தில் இருந்து இரண்டே அங்குலம் தொலைவில் உள்ள "ஆன்மா எனும் கடவுளை" அறிய வழிதெரியவில்லை. அறிந்தவர் சொன்னாலும், நம்ப முடியவில்லை.

14. எது தன்னைத் தேடி வந்தாலும், எது தன்னை விட்டுப் போனாலும், எந்தவொரு இக்கட்டான சூழ்நிலையிலும் மாறாத அமைதியுடன் கடந்து செல்லும் பக்குவம் அடைந்தவன், "ஞானம்" எனும் வாசலை நோக்கி அழைத்துச் செல்லும் "அமைதி" எனும் பாதையில் நடந்து செல்கிறான் என்றே அர்த்தம்.

15. ஆனந்தக் கடலாய் திகழும் ஆண்டவன், தன்னுள் உருவான தத்துவங்கள் எனும் விலைமதிப்பற்ற முத்துக்களை, தன்னையே அடைய வேண்டி மூச்சடக்கி, பேச்சடக்கி தியானத்தில் தனக்குள் மூழ்கும் யோகியருக்கு கிடைக்கும்படி செய்து, உலக மக்கள் நல்வழியில் செல்ல வேண்டி "யோகிகள்" மூலம் அருள் செய்கிறான்.

16. "நான் உடன் இருக்கிறேன். தைரியமாக எதிர்த்து நில்லுங்கள்" என்பவர்கள், காலவெள்ளத்தில் காணாமல் போகக் கூடும். கடைசிவரை உங்களை காத்து நிற்பவர்கள், "கடவுளும், நீங்கள் கடைப்பிடித்த தர்மமும், உங்கள் குடும்பமும்தான்"

17. "இலக்கு" என்பது நம் முன்னேற்றத்தின் எல்லையாக, நம்மால் வகுக்கப்பட்டது என்று மட்டும் எண்ண வேண்டாம். அந்த இலக்கே, நம் முன்னேற்றத்தை, ஒரு குறிப்பிட்ட எல்லைக்கு மேல் செல்ல இயலாது தடுக்கும் ஒரு "தடையும்" ஆகும். ஆன்மாவை அடைய வேண்டும் என்ற 'இலக்கு' ஆன்ம முன்னேற்றத்தின், ஒரு தடைக்கல்லாக மாறவும் வாய்ப்புண்டு.

18. உங்கள் பலம் எது? பலவீனம் எது என்பதை பிறர் அறிய கூறுவது உங்கள் எதிரிகள் உங்களை வெல்வதற்கு, நீங்களே வழி காட்டுகிறீர்கள்

### எது ஞானம்?

என்றுதானே அர்த்தம்.

19. "முகம் காட்டும் கண்ணாடி" போன்றது உலகம். நீங்கள் எதைக் கொடுத்தாலும், அதை அப்படியே திருப்பிக் கொடுத்துவிடும். நீங்கள் மதித்தால் மதிக்கும், நீங்கள் மிதித்தால் மிதிக்கும்.

உலகமே உங்களுக்கு நல்லவர்களாக தெரிந்தால், நீங்கள் நன்மைகள் பல செய்திருப்பீர்கள். கெட்டவர்களாக தெரிந்தால், அந்த 'கெடுதல்' உங்களிடம் இருந்தே வெளியில் சென்று இருக்கும்.

20. தாங்க இயலாத கவலை வரும்போது, அதை கண்ணீராய் மாற்றி வெளியேற்றும் சக்திதனை, மனிதனுக்கு 'கடவுள்' தர மறந்திருந்தால், பாதி பேர் பைத்தியம் ஆகியிருக்கலாம்.

21. கஷ்டம் வந்தவுடன், "கடவுளே கடவுளே" என்று கதறும் சாமானிய மக்கள் போல் இல்லாது, அந்தக் 'கடவுளே' நேரில் வந்து, தன் கண் முன் நின்றாலும், தான் படும் துன்பங்களை சொல்லி அழாமல், உலக நன்மைக்காக பிரார்த்தனை செய்பவனே, உண்மையான ஆன்மிகவாதி. அவனே இறைவனை காணும் பாக்கியம் பெறுவான்.

22. "கர்ம வினையை" கட்டுக்குள் கொண்டுவர முயலாதீர்கள். கதிகலங்கிப் போவீர்கள். கர்மா தன் பணியை துவங்கியதும், அதை கடவுளின் அருளோடு கடந்து செல்ல முயலுங்கள்.

"விதியை வெல்வீர்கள்"

23. பேச்சில் வல்லவர்கள், கேட்பவர்களின் மனதை மயக்கி, தன் வசம் எளிதில் ஈர்த்துவிடுவர். உண்மை சொல்லும் தத்துவவாதிகள், கேட்போர் தம் அறிவைத் தூண்டி சிந்திக்கும்படி செய்து, மனத்தெளிவை உண்டு செய்வர்.

"மனதை மயக்கும் பணி எளியது.

மனதை தெளியவைக்கும் பணி மிகவும் கடினமானது.

அதற்கு நீண்ட காலம் தேவைப்படும்."

24. உன்னையே நீ வெல்வதற்கு, பிறர் உன்னை வெல்ல இயலாது பரிதவிக்க செய்வதற்கு, ஒரே ஒரு வழியுண்டு. அந்த வழிதான் "உன்னையே நீ அறிவாய்" என்ற மகாமந்திரம்.

25. உன் பேச்சுக்கு பிறர் கட்டுப்பட்டு நடக்கிறார்கள் என்றால், உன் சொல்லுக்கு 'சக்தி' பிறந்துவிட்டது என்றே அர்த்தம்.

இதுவரை உனக்கு உள்ளே சிவமாய் உறைந்து நின்ற ஈசன், உன் சொல்லில் "சக்தியாக" வெளிவந்து ஆடத் துவங்கிவிட்டான். பிறரை நல்வழியில் ஆட்டிவைக்க துவங்கிவிட்டான்.

கவனமாய் இரு. "எல்லாம் அவன் அந்த சிவன் செயல்" என்று அமைதியாக இரு. அவனை தரிசிக்கும் அரிய பாக்கியம் உனக்கு கிட்டும்.

### எது ஞானம்?

26. வாழ்க்கை எனும் கடும்போரில் ஏற்படும் இன்னல்கள், தடைகள், கர்மபலன் ஆகியவற்றை மாறாத ஒழுக்கத்துடன் கூடிய இறை நம்பிக்கையுடன் வெற்றிகரமாக கடந்து வந்தவருக்கு, கடவுளால் தரப்படும் ஆறுதல் பரிசுதான் "ஞானம்" பற்றிய அறிவு.

(ஞானம் என்பது அனுபவம். அறியப்படும் அறிவல்ல)

27. "பிரபலங்களைப் போல, தன்னை பிறருக்கு தெரியாது, ஏன் அண்டை வீட்டாருக்குக் கூட தெரியாது" என்று கவலைப்படும் மாந்தர்களே,

"என்னை எனக்கே தெரியாது" என்று என்றேனும் கவலையுற்றது உண்டா?

28. உண்மை சொல்வதற்கும், உண்மையாக வாழ்வதற்கும், அந்த "உண்மையால்" மட்டுமே சக்தி மற்றும் தைரியம் தர இயலும்.

இல்லையேல் "பொய்" உங்களை பயமுறுத்தி, உலகோடு ஒட்டி வாழ்வதற்கு பொய் சொல்லியே தீர வேண்டும் என்று அறிவுரை சொல்லி, உங்களையும் பொய் சொல்ல வைத்துவிடும். பொய்யான ஒரு மனிதராக மாற்றிவிடும்.

29. நம் மனம் எனும் வாகனத்தின் துணை கொண்டு, நாம் வாழும் உலக வாழ்க்கை எனும் பயணம் முடிந்து, அக உலகை நோக்கி நாம் செல்லும் வரை, "ஆன்மா" நமக்காக அக உலக வாசலிலேயே காத்திருக்கும். நமக்காக காத்துக்கிடக்கும் ஆன்மாவின் துணைகொண்டு நம் பயணத்தை துவக்குவது நம் பொறுப்பு. அதற்கான வழிமுறையை நமக்கு கற்றுத் தருவதே ஆன்மிகம்.

30. ஞாலத்திற்கே ஞானத்தை அள்ளி வழங்கும் பாரதத்தில் பல கோடி பேர் வறுமையில்... "எதை தேடுகிறாயோ, அதையே நீ அடைவாய்" என உலகுக்கே நீதி சொன்ன நம் முன்னோர், ஞானத்தோடு, செல்வத்தையும் தேடியிருந்தால், இன்று இந்தியா ஓர் பணக்கார பூமி.

31. வாழ்க்கையெனும் விளையாட்டில், வாய்ப்பு எனும் பந்தினை வாழ்நாள் முழுவதும் சொல்லி அடிக்கும் சாமர்த்தியசாலிகள் ஒருபுறம்.

முதல் பந்திலேயே மூச்சு முட்டி நிற்கும் தோல்வியாளர்கள் மறுபுறம்... ஏன் இந்த வேறுபாடு? குறைபாடு முயற்சியிலா அல்லது பயிற்சியிலா? அதற்குமேல், அதுதான் "ஆன்மபலம்" மற்றும் "கர்மபலன்".

32. அதிர்ஷ்டம் வேண்டி பூஜைகள், பரிகாரங்கள் செய்யும் மனிதர்கள், தீமை செய்வதை விடுத்து, நன்மை செய்வதை தொடர்ந்தால் போதுமானது.

அவர் செய்யும் நன்மையே, அவரை முன்னேற விடாமல் தடுத்துக்கொண்டிருக்கும் தீயசக்தியை துரத்தி விடும். அதிர்ஷ்டம் அவரைத் தேடிவந்து சேரும்.

33. ஆன்மிகம் பல வினாக்களுக்கு விடையாக இருப்பினும், சில வினாக்களுக்கு மட்டும் விடையே கிடைப்பதில்லை.

விடை தெரியாத பல வினாக்களுக்கும், நம் கைவசம் உள்ள ஒரே பதில் "அவரவர் கர்மவினை" என்பது மட்டுமே.

34. நம் மனதில் தோன்றும் "தீய எண்ணங்களை", நாம் முன்னமே அறிவால் அறிந்து, அதை புறக்கணித்தாலும், என்றேனும் ஒரு நாள் தனக்கு அழைப்பு வரும் என்று மனதின் மறைவில் அவை காத்திருக்கும். சந்தர்ப்பம் கிடைக்கும்பட்சத்தில் அவை வெளிப்படும். அதை சரிசெய்ய, "தியானப் பயிற்சி" அவசியம்.

35. நாம் நன்கு உழைத்து, உடல் அயர்ந்து ஓய்வில் இருக்கும் சமயம், சும்மா கிடக்கும் மனது, தியானத்தில் அமர்ந்து, மனதை அமைதிப்படுத்த துவங்கியதும், தன் ஆட்டத்தை துவங்கி விடுகிறது. எண்ணங்கள் மேல் எண்ணங்களாக தோன்றி நம்மை எண்ணங்களற்ற நிலையில் சாந்தமாக இருக்க விடாமல் தடுக்கிறது.

36. சந்தோஷத்தை எவ்வளவு கொடுத்தாலும், அதை ஏற்றுக்கொண்டு அனுபவிக்க தயாராக உள்ள நாம், கஷ்டத்தை துளியளவும் தாங்கிக்கொள்ள இஷ்டப்படுவதில்லை.

"கஷ்ட காலத்தை சகிக்க சக்தியற்றவன், சந்தோச உலகில் பிரவேசிக்க தகுதியற்றவன்"

37. நம் மனம் எனும் வாகனத்தை இழுத்துச் செல்லும் இன்ஜின் போன்றவை நம் "எதிர்பார்ப்புகள்".

எதிர்பார்ப்புகள் நின்றுபோனால், ஓட்டமும் நின்றுபோகும். அமைதியும் வந்து சேரும்.

38. நம் வசம் உள்ள சேமிப்பு முழுவதும் செலவழித்த பின்பு, சிக்கனமாய் வாழ்வதைவிட, கையில் சேமிப்பு உள்ள போதே சிக்கனமாய் வாழ்பவன் "அறிவாளி".

உடல் தளர்ந்து முதுமை எய்திய பின் ஆன்மிகத்தில் நாட்டம் கொள்வதைவிட, உடலில் சக்தி உள்ளபோதே ஆன்மிகம் பயின்றால், அதுதான் அறிவுடைமை.

39. "கடவுள்" என்ற போர்வைக்குள் புகுந்துகொண்டு நடமாடும் விலங்கு மனம் படைத்த சில மனிதர்களே, "நாத்திகம்" என்ற ஒரு கொள்கை உருவாகக் காரணம். இல்லையேல் நாத்திகனும் நல்லவனாகவே, பக்தனாகவே வாழ்ந்திருப்பான். அதையறிந்துகொண்டே, கடவுள் நாத்திகம் பேசுவோரையும் கருணையோடு காக்கிறான்.

40. கடவுள் ஒருபோதும் நம்மை துன்பப்படுத்தி பார்க்க வேண்டும் என்று நமக்கு சோதனைகளை தருவதில்லை. நாம் செய்த கர்மவினையின் பலனே நமக்கு துன்பத்தைக் கொண்டுவந்து சேர்க்கிறது. தன் பக்தன் துன்பப்படுவதை பார்த்து, கடவுள் உதவாமல் வேடிக்கை பார்க்கிறானா என்றால் அதுவும்

இல்லை. துன்பத்தை சகித்துக்கொள்ளும்போது, நம் மனபலம் கூடும். கர்மாவும் கரையும் என்ற நல்ல நோக்கில் மட்டுமே அமைதி காக்கிறான்.

41. பரீட்சை என்ற ஒன்று இருந்தால் மட்டுமே, அதில் நல்ல மதிப்பெண் பெற்று தேற வேண்டுமே என்ற பயத்தில் மாணவர்கள் சிரமம் பாராது, படித்து தன் அறிவை வளர்த்துக்கொள்வர். அதைப்போலத்தான் வாழ்க்கையில் ஏற்படும் தடைகளும்.

அதை தாண்டினால்தான் நம்மல் வாழ இயலும் என்ற நிர்பந்தம் ஏற்படும்போது, மனிதன் தன் அனுபவ அறிவை வளர்த்துக்கொண்டு அதைத்தாண்டி அனுபவ ஞானியாக உருவாகிறான்.

42, சராசரி மனிதன் 45 நிமிடங்கள் வரை ஒரு உரையை அல்லது பள்ளியில் நடத்தப்படும் பாடத்தை கவனம் சிதறாமல் கேட்க இயலும். அதை அடிப்படையாகக் கொண்டே பள்ளியில் பாட வகுப்பு நேரங்களும், தலைவர்களின் பேச்சுகளும் அமைக்கப்படுகின்றன என்பது மன உளவியல் ரீதியான கருத்து.

43. நம் வங்கிக் கணக்கில் எவ்வளவு சேமித்து வைத்திருக்கிறோமோ, அதை மட்டுமே நம்மால் வங்கிக் கணக்கில் இருந்து எடுத்து செலவு செய்ய இயலும். அதைப்போன்றதே நாம் செய்கின்ற தர்மமும்.

எவ்வளவு தர்மம் செய்திருக்கிறோமோ, அதற்கான பலன் மட்டுமே நம்மை வந்தடையும். "அதற்கெல்லாம் கொடுத்து வைத்திருக்க வேண்டும்" என்று கூறுவதும் அதனால்தான்.

44. நல்லதை பிறருக்கு சொல்கிறோம். நல் உபதேசங்களைக் கேட்கிறோம். பகிர்கிறோம். ஆனால், நல்ல செயல்களை, பிறருக்கு உதவும்படி செய்கிறோமா? உற்று நோக்குங்கள். அங்குதான் ஆன்ம வெற்றியின் சூட்சுமம் அடங்கியுள்ளது.

45. நம் எண்ணங்கள் எங்கிருந்து உருவாகி வருகிறது என்று ஆய்வதை விடவும், நமக்குள் தோன்றும் எண்ணங்கள் நல்லவையா அல்லது கெட்டவையா என்பதை அறிந்து தீய எண்ணங்களை தவிர்ப்பதே மிகமுக்கியமான ஒன்று. நம் உள்ளும், புறமும் நடக்கும் நன்மை மற்றும் தீமையின் ஆதாரமாய் இருப்பது நம் எண்ணங்களே.

46. மாசுபடிந்த பாத்திரம் குடிநீருக்கு பயன்படாது. பாவக்கறை படிந்த மனதும், கடவுளின் அருளுக்கு பாத்திரமாக பயன்படுத்த இயலாது. நீர் கொண்டு மாசினை சுத்தப்படுத்துவதுபோல், இறைவனின் அருள்கொண்டே மனதை சுத்தம் செய்ய வேண்டும்.

"பரிசுத்தமான மனதே இறையருளுக்கு பாத்திரமாகும்".

47. "ஆன்ம பலம்" என்பது ஆண்டவனால் அருளப்படுவது. "மனோபலம்" என்பது மனித முயற்சியால் பெறப்படுவது. மனோபலம் உடையவர் சாதிக்க

இயலாத ஒன்றை ஆன்மபலம் பெற்றோர் எளிதில் சாதிக்க முடியும். காரணம் "கடவுள் படைத்த இவ்வுலகில், கடவுளால் இயலாத காரியம் எதுவும் இல்லை."

48. நல்ல குணம் படைத்த நல்ல மனிதருக்கு கிட்டும் "ஆன்மபலம்" உலகை ஆக்கும் சக்தியாக உருவெடுக்கும்.

தீய குணம் படைத்த கெட்டவருக்கு கிட்டும் "மனோபலம்" உலகை அழிக்கும் சக்தியாகி உருவெடுக்க வாய்ப்புள்ளது.

49. நான் என்ற ஆணவத்தையும், மனதினால் உண்டாகும் உலக மாயைதனையும், "கர்மபலன்" எனப்படும் நாம் செய்யும் செயல்களின் விளைவுகளையும், தாண்டினால் மட்டுமே மனிதனுக்கு முக்தி எனப்படும் இறைநிலை சாத்தியம்.

அதற்கு "இறையருள்" பரிபூரணமாக இருக்க வேண்டும்.

50. மனமெனும் மாயையின் பிடியிலிருந்து, நம் ஆன்மா எனப்படும் உயிருக்கு கிட்டும் விடுதலையே முக்தி.

உயிருள்ளபோதே கிட்டுவதுதான் முக்தி. உயிர் போன பின்பு என்ன நடக்கும் என யாருக்குத் தெரியும்?

எல்லாம் யூகத்தின் அடிப்படையில்தானே "மறுபிறவிக் கொள்கை" உள்ளது.

51. மௌனமெனும் அமைதியான ஆழ்கடலில் அற்புதங்களும், அதிசயங்களும் ஏராளம். பலகாலம் பழகிய மோன நிலையில், அறிவுக்கண் கொண்டு ஆழ்ந்து நோக்கினால், மௌனத்தின் ரகசியங்கள் தென்படும்.

52. மனிதர்களாய் மாற முயற்சிக்கும் மனிதர்களும், விலங்குகளாய் மாறிக்கொண்டிருக்கும் மனிதர்களும் உலகில் உள்ளனரே தவிர, பூரண மனிதராய் மாறிவிட்ட காஞ்சி மகான் போன்ற புனிதரை புவியில் காண்பதரிது. கண்டுவிட்டால், அதுவே நம் வாழ்வில் பெரிது.

53. கடவுளின் கைகளில் அகப்பட்ட மனிதர்கள், தான் நினைத்ததை அடைந்தாலும் அடையாவிட்டாலும் சுகமாய் வாழ்வர்.

கர்மாவின் கைகளில் சிக்கிய மனிதர்கள் சோதனைகளாலும், வேதனைகளாலும் துக்கமுற்று வீழ்வர். கடவுளின் கருணை அவர் மேல் பட்டால் மட்டுமே மீண்டும் வருவர். மீண்டு வாழ்வர்.

54. அடைய இயலாத பெரிய இலக்கினை அடைந்தே தீருவது என்ற தீவிர ஆசையில் வாழ்நாளைத் தொலைக்கும் "நான்" எனும் ஆணவம், "தான் யார் என்ற உண்மை" இறைவன் அருளால் தெரிந்தவுடன், தொலைந்துபோன தன்னை, தனக்குள்ளேயே தேடும் வேலைதனை தியானத்தின் வாயிலாக செய்யத் துவங்குகிறது.

55. தோல்வியில் துவண்டு விழும்போது, ஆறுதலாய் சில வார்த்தைகள் கூறி நம்மை தேற்றவும், வெற்றியில் திளைக்கும்போது, அந்த பாரம் நம் தலைக்கேறி சாய்ந்து விடாமல் காப்பதற்கும், நல்ல நண்பர்களும், நம் குடும்பமும், நம்மைப் படைத்த இறைவனும் மட்டுமே உண்மையாக உடன் இருப்பர்.

56. "மனம் இல்லையேல் மனிதன் இல்லையே.. ஏனெனில் அவன் கடவுளாக மாறிப் போகிறானே!"

57. ஆத்மாவின் இச்சையினால் உண்டான "மனம்" சேர்ந்த பின்புதான், கடவுள் மனிதன் ஆகிறான். "மனம்" ஆத்மாவினுள் ஒடுங்கிய நிலையில், "மனிதன் கடவுள் ஆகிறான்."

58. "கோபம்" என்னும் இருளில் விழுந்தவனுக்கு "பாசம்" என்னும் பகல் மறைந்துபோகும். சில நேரங்களில் மறந்தே போகும்.

59. நாம் செய்யும் செயல் முழுவதும், நம்மை படைத்தவனால் செய்யப்படுகிறது என்றால், தீய செயலுக்கான தண்டனை மட்டும் நமக்கு ஏன் தரப்படுகிறது.

கடவுள் என்றால் உண்மை, நன்மை. அவன் ஒருபோதும் தீய செயல் செய்வதில்லை. "நற்செயல்" இறைவனாலும், "தீய செயல்" உன் இச்சையாலும் செய்யப்படுகிறது. அதனால் தண்டனை உனக்கே கிடைக்கிறது.

60. பாவம் எது, புண்ணியம் எது என்று அறியாத வயதில், தெரியாது செய்யும் தவறுகளின் தண்டனை, அந்த மனிதன் மனந்திருந்தி, பக்குவமடைந்து வாழத் துவங்கியவுடன் அனுபவிக்க வேண்டி வருகிறது. அதை அனுபவமுள்ள நல்ல மனிதர்கள், இளையதலைமுறையினருக்கு எடுத்துச் சொல்லுங்கள். எச்சரிக்கை செய்யுங்கள்.

61. தன்னை நம்பி, பரிபூர்ண சரணாகதி அடைந்தவர்கள் செய்யும் செயலின் பொறுப்பினை கடவுள் தானே ஏற்கிறான். ஏனெனில், பரிபூர்ண சரணாகதி என்பது முற்றிலும் மனம் திருந்திய பக்குவமடைந்த ஒரு நிலை. அந்நிலையில் உள்ளவர் செய்யும் ஒவ்வொரு செயலும் கடவுளால் செய்யப்படுபவையே.

62. உண்மையை உணர்ந்த மகான்கள் செய்யும் செயலின் பொறுப்பினை கடவுளே ஏற்றாலும், அந்த மகான்களின் முன் செய்த கர்மவினையால் ஏற்படும் பலன்களை அவர்களே அனுபவித்தாக வேண்டி வருகிறது.

மனிதராக உள்ள நிலையில் செய்யும் செயலுக்கு மனிதனே பொறுப்பாளி.

கடவுள் ஆகிவிட்ட பிறகு செய்யும் செயலின் பொறுப்பு கடவுளுடையது என்று அர்த்தம் கொள்ள வேண்டும்.

63. ஞானிகளும், மகான்களும் காலத்தால் மறைந்தாலும், கடவுள் மட்டும் மாறாது, மறையாது இருப்பார். அவர் தன்னுடைய படைப்பின் மூலம் புதிய

ஜீவன்களை உருவாக்கி, அவர்களையே பக்குவப்படுத்தி குருவாக மாற்றி, அவர்களின் உபதேசங்கள் மூலம் தானே மீண்டும் மீண்டும் வெளிப்படுவார்.

64. குறைவான மின்திறன் கொண்ட மின்விளக்கில், அதிக திறன் கொண்ட மின்சாரம் பாய்ந்தால், அந்த மின்விளக்கு வெடித்துச் சிதறிவிடும்.

''கடவுள்'' என்னும் பேராற்றலை தரிசிக்க, அதற்கான சக்தியை இறையருளால் அடையப்பெற்ற மகான்களால் மட்டுமே சாத்தியம்.

சாதாரண மனிதர்கள் கடவுளை தன் அனுபவத்தில் உணரலாமே தவிர, அந்த கோடி சூர்ய பிரகாசத்தை பார்க்க வேண்டுமெனில், அதற்கான சக்தியை இறைவனிடம் பெற, இடைவிடாத தவம் செய்ய வேண்டும்.

65. நம் உடம்பினுள் இரத்தமும், சதையுமாய் கலந்துவிட்ட மன விகாரங்களை, நம் உயிருக்கு எவ்வித சேதமுமின்றி, பிரித்து எடுத்து எரிப்பதே நம்மை படைத்த இறைவனின் விருப்பம். அதை நிறைவேற்றவே, நமக்கு உள்ளே இருந்து நமக்காய் பல காலமாய் பணி செய்துகொண்டே இருக்கிறான்.

அவன் சொல்கேட்டு நடந்தால், நமக்கு துன்பத்திலிருந்து விடுதலை. இல்லையேல் மீண்டும் பிறவியெடுப்பது ஒரு தொடர்கதை.

66. நம் முதுகை நம்மால் காண இயலாது, பிறர் முதுகை நம்மால் எளிதில் காண இயலும். இதுவே இயற்கை. அதேபோல், நாம் செய்யும் தவறுகளை, நம்மால் புரிந்துகொள்ள முடிவதில்லை. பிறர் செய்யும் தவறுகளை எளிதில் புரிந்துகொள்கிறோம். அறிவுரையும் சொல்கிறோம். நமக்கு, யாரேனும் அறிவுரை சொன்னால், அதை ஏற்றுக்கொள்ள மறுத்து கோபம் கொள்கிறோம். இது எந்தவிதத்தில் நியாயம் என்று யோசிப்பதே இல்லை.

67, நாம் கோபமாய் உள்ளபோது, நமக்கு தோன்றும் எண்ணங்கள், அந்த கோப உணர்ச்சிக் கொந்தளிப்பால் உருவாகும் ஆவேச எண்ணங்களாகும். அதை கோபம் தீர்ந்து நிதானத்திற்கு வந்தவுடன் யோசித்துப் பார்த்தால் புரிந்துகொள்ள இயலும். அதை விடுத்து, சிறிதும் தாமதிக்காமல் அந்த கோப எண்ணங்களை அப்படியே ஏற்று செயல்படுத்தினால், நமக்கும் பிறருக்கும் தீங்குதான் விளையும். சில நேரங்களில் விபரீதம் உண்டாகலாம்.

68. "நான், எனது" என்கிற அகங்காரத்தையும், உலக வாழ்க்கையே உன்னதமானது என்று "உண்மையை மறைத்து பொய்யை சாசுவதமாக்கி காட்டும் மாயைதனையும்", நாம் செய்த, செய்கின்ற தீய செயலுக்கான தண்டனைகளையும், இறைவனின் அருளால் கடந்து சென்று, அந்த இறைவனோடு கலந்து விடுவதே ஒவ்வொரு மனிதப்பிறவியின் உண்மையான நோக்கம் என்று ஆன்மிகம் எடுத்துச் சொல்கிறது.

69. வலியும் இருக்கக் கூடாது, மருந்தும் கசக்கக் கூடாது, உணவுக் கட்டுப்பாடும் இருக்கக் கூடாது. ஆனாலும், நோய் குணமாகி ஆரோக்கியமாக வாழ வேண்டும் என்றால் நடக்கின்ற காரியமா? சோதனையும் வரக்கூடாது.

அழகர்

வேதனையும் தரக்கூடாது. சாதனைப் பட்டியலில் மட்டும் முதலிடம் பெற வேண்டும் என்றால் நடக்கின்ற காரியமா?

"வலியில்லாமல் நல்ல வாழ்க்கை சாத்தியமில்லை"

70. நாம் இறைவனிடம் பெறும் வரங்களான கல்வி, மனைவி, குழந்தை, பதவி, புகழ், செல்வம் முதலியவை, நம்முடன் நல்லபடியாக உள்ளவரை வரமாக தெரிகிறது. சந்தோசத்தைத் தருகிறது.

அதுவே நம்மை விட்டுப் பிரிய நேர்ந்தால், சாபமாய் மாறி துக்கத்தை தருகிறது. ஆனால் பக்குவம் அடைந்த மனிதருக்கோ, வரமுமில்லை. சாபமுமில்லை. சந்தோஷமுமில்லை. அங்கு இருப்பதெல்லாம் "சாந்தம்" மட்டுமே.

71. என் மனம்தனை பத்திரமாய் பார்த்துக்கொள் இறைவா.. உன் அருளுக்கு பாத்திரமாய் மாற்றிவிடு அய்யா... பொய்யான இவ்வுடலில், "மெய்" என மறைந்திருக்கும் அய்யனே, உன் ஆத்ம தரிசனம் என்றோ மெய்யனே? என் அஞ்ஞான நாசமும் அன்றே என் தூயனே?" இதை ஒரு பிரார்த்தனையாக அனுதினமும் இறைவனை நோக்கி வேண்டலாம் அல்லவா.

72. அரசியல்வாதியான அருள்மிகு அரவிந்தகோஷ், ஆன்மிகவாதியாகி அரவிந்தர் ஆசிரமம் எனும் ஞான ஆலயம் அமைத்ததும், ஆன்மிகவாதியான காந்திஜி, அரசியல்வாதியாகி மகாத்மா ஆனதும், அவரவர் விருப்பப்படி நடந்தது அல்ல. ஆண்டவன் கட்டளைப்படி நடந்ததே.

73. ஏழைகளுக்காக வாழ்ந்தவர் ''காந்தி''. ''காந்தி நோட்டுக்காக காலமெல்லாம் காத்திருப்பவர்கள் "ஏழைகள்"

74. ''என்று தணியும் இந்த சுதந்திர தாகம்'' என்று பாடிய பாரதி, சுதந்திரக்காற்றை சுவாசிக்காமலே மறைந்தார். மகாத்மாவோ நம்மை சுதந்திரக்காற்றை சுவாசிக்கச் செய்து உயிர்விட்டார். ஆனாலும், பாரதியின் சுதந்திர தாகமும், மகாத்மாவின் வீர தியாகமும் வீணாகப் போனதே. பாரதபூமி அரசியல்வாதிகளின் அதிகாரத்தில், மக்களின் அடிமைத்தனம் என்ற அறியாமையில், பாடாய்படுகிறதே.

75. நம்மை படைத்த இறைவன், நமக்கு வாழ்க்கை எனும் பாடம் நடத்தும் ஆசிரியரும் ஆவார். அவர் நடத்தும் வாழ்க்கை பாடத்தை கவனித்து அதன்படி நடவாமல், தோல்வி பெற்றபின், படைத்தவனை பாடம் சரியாக படிக்காதவன் குறை கூறி என்ன பயன்?